किल्ल्यांची यशोगाथा

निलम दिनेश पेठकर

Copyright © Nilam Dinesh Pethkar
All Rights Reserved.

ISBN 978-1-68563-046-1

This book has been published with all efforts taken to make the material error-free after the consent of the author. However, the author and the publisher do not assume and hereby disclaim any liability to any party for any loss, damage, or disruption caused by errors or omissions, whether such errors or omissions result from negligence, accident, or any other cause.

While every effort has been made to avoid any mistake or omission, this publication is being sold on the condition and understanding that neither the author nor the publishers or printers would be liable in any manner to any person by reason of any mistake or omission in this publication or for any action taken or omitted to be taken or advice rendered or accepted on the basis of this work. For any defect in printing or binding the publishers will be liable only to replace the defective copy by another copy of this work then available.

आई आणि बाबांना समर्पित ...

अनुक्रमणिका

प्रस्तावना	vii
संपादकाकडून	ix
ऋणनिर्देश, पावती	xi
1. रायगड किल्ला	1
2. कांचनगड किल्ला	5
3. मुरुड जंजिरा किल्ला	8
4. सिंहगड किल्ला	11
5. लोहगड किल्ला	14
6. विजयदुर्ग किल्ला	17
7. भुईकोट किल्ले	20

अहमदनगर भुईकोट किल्ला

सोलापूर भुईकोट किल्ला

तुगलकाबाद भुईकोट किल्ला

नळदुर्ग भुईकोट किल्ला

आग्रा भुईकोट किल्ला

कंधार भुईकोट किल्ला

मालेगाव भुईकोट किल्ला

उदगीर भुईकोट किल्ला

पारोळा भुईकोट किल्ला

8. नळदुर्ग किल्ला	39
9. पन्हाळगड किल्ला	41
10. गाळणा किल्ला	44
11. सोनगिर किल्ला	47
12. पारोळ्याचा किल्ला	50

• v •

अनुक्रमणिका

13. मृगगड किल्ला	53
14. हरिहर किल्ला	55
15. सज्जनगड	57
16. अजिंक्यतारा	60
17. अर्नाळा किल्ला	63
18. इंद्राई किल्ला	66
19. अंकाई किल्ला	69
20. मल्हारगड	72
21. पूर्णगड	74
22. तोरणा किल्ला	76
23. शिवनेरी किल्ला	78
24. विशाळगड	81
25. चंद्रगड किल्ला	84
26. हरिश्चंद्रगड	87
27. धोडप किल्ला	91
28. प्रतापगड किल्ला	94
29. पुरंदर किल्ला	97
30. सिंधुदुर्ग किल्ला	100
31. रसाळगड	103
विशेष आभार	105
Books From The Editor	107

प्रस्तावना

मित्रहो,

नवीन सुधारित किल्ल्यांच्या इतिहासावर तयार केलेले हे संयुक्त पुस्तक आपल्या हाती देतांना अत्यंत आनंद होत आहे, कोणता किल्ला कोठे आहे, किल्ल्यांची उंची किती तेथे जायचे कसे, तेथे काय इतिहास घडला याबद्दलची संपूर्ण माहिती असलेले प्रस्तुत पुस्तक आम्ही अत्यंत परिश्रमपूर्वक तयार केलेले आहे.

तसे पाहीले तर किल्ल्याची माहीती देणारे अनेक पुस्तके प्रकाशित झालेले आहेत, परंतु एकाच पुस्तकात अनेक किल्ले तसेच त्यांच्या इतिहासाबद्दल माहिती असणाऱ्या पुस्तकांची उणीव भासत होती. म्हणून नवीन विचार डोळ्यांसमोर ठेवून प्रत्येकाला समजेल अशा साध्या आणि सोप्या भाषेत या पुस्तकाची मांडणी करण्यात आलेली आहे. पण आजचे त्यांचे स्वरूप पाहिलं असता किल्ल्यांचा कणाच मोडून गेला असल्याचे आपल्याला दिसते. आजच्या प्रगत युद्धतंत्रामुळे गडांचे महत्व संपुष्टात आले आहे. घामाच्या धारांनी अन रक्ताच्या अर्ध्यांनी आपल्या पूर्वजांनी तेथे इतिहास निर्माण केला, स्वराज्य निर्माण केले हा देदिप्यमान इतिहास किल्ल्यांच्या रूपाने आपल्याशी बोलतो आहे, तो आपण समजला पाहीजे, जपला पाहीजे अन् पुढील पिढ्यांना सांगितला पाहीजे.

निलम दिनेश पेठकर

संपादकाकडून

'किल्ल्यांची यशोगाथा' हे पुस्तक देशाच्या प्राचीन वारशाबद्दल दीर्घ चर्चा आणि गंभीर समजानंतर लिहिले गेले आहे. हे पुस्तक केवळ महाराष्ट्राच्या इतिहासाच्या महान किल्ल्यांबद्दलच नाही तर या जगाला अज्ञात असलेल्यांच्या आठवणी देखील सामायिक करते जे पाहिजे त्या प्रमाणात साजरे केले जात नाहीत. "किल्यांची यशोगाथा" ऐतिहासिक महत्त्व असलेल्या अशा अनेक किल्ल्यांबद्दल बोलते. ते उद्ध्वस्त किंवा अखंड असू शकतात.

एक नवोदित म्हणून, लेखिकेने या विषयाला उत्तम न्याय दिला आहे आणि मला आशा आहे की ती लिहित राहील, आणि तिच्या भविष्यातील शीर्षकांमध्ये आम्हाला आणखी अनेक किल्ल्यांची ओळख करून देईल.

तिला माझ्या शुभेच्छा.

आशिषकुमार विजयराज जैन
संपादक

ऋणनिर्देश, पावती

निव्वळ परमेश्वराच्या कृपेने आणि आई - बाबांच्या आशीर्वादाने हे पुस्तक प्रयक्षात झालं आणि तुमच्यापर्यंत पोहचलं ,

या विधानाची सखोलता आणि गंभीरता कोणाला किती कळेल मला माहीत नाही पण मला जे माहीत आहे ते म्हणजे "हीच खरी गोष्ट आहे".

1
रायगड किल्ला

रायगड किल्ला

किल्ल्याची उंची:८२० मी.

रायगड हा किल्ला सह्याद्री पर्वत रांगामध्ये रायगड जिल्ह्यातील महाड या ठिकाणापासून सुमारे २५ किमी अंतरावर आहे. रायगड किल्ला हा भारताचा महाराष्ट्र राज्यातील एक डोंगरी किल्ला आहे. मराठी साम्राज्याच्या इतिहासामध्ये त्याची एक खास ओळख आहे

किल्ल्याची माहीती

छत्रपती शिवाजी महाराजांनी या किल्ल्याची डागडुजी करून त्याला इ.स १६७४ मध्ये मराठा साम्राज्याची राजधानी घोषित केली. शिवराज्याभिषेक ह्याच ठिकाणी झाला. रायगड किल्ल्यावरती एक मानवनिर्मित तळे असून त्याचे नाव 'गंगासागर तलाव' असे आहे. किल्ल्यावरती आणण्यासाठी सलेला एकमेव मार्ग 'महा-दरवाजा' मधून जातो. सिंहासनावरील भाग ध्वनीलहरीसाठी अशा पद्धतीने बनवला गेला आहे की, दरबारातील दरवाजाच्या इथे बोललेले शब्द सिंहासनापर्यंत, सहजरित्या ऐकू येऊ शकतात. रायगड किल्ल्यावरती उंच दरीवरती बांधलेला एक प्रसिद्ध बुरुज असून त्याला 'हिरकणी बुरुज' असे म्हणतात.

किल्ल्याचा इतिहास

शिवराज्याभिषेक हा रायगडाने अनुभवलेला सर्वश्रेष्ठ प्रसंग आहे. महाराजांचा राज्याभिषेक म्हणजे महाराष्ट्राच्याच नव्हे तर भारताच्या इतिहासातील एक लक्षणीय घटना आहे.

छत्रपती शिवाजीराजेंनी रायगडचे स्थान आणि महत्व पाहून याला आपल्या राज्याची राजधानी बनविली. इंग्रजांनी गड कब्जात घेतल्यानंतर त्याची नासधूस केली.

हा सुंदर किल्ला महाराष्ट्र शासनाच्या पुरातत्व विभागाचे संरक्षित स्मारक आहे. गडाचे प्राचीन नाव 'रायरी' होते. युरोपचे लोक त्यास 'पूर्वेकडील जिब्राल्टर' असे म्हणत. पाचशे वर्षापूर्वी त्यास गडाचे स्वरूप नव्हते व तो नुसता एक डोंगर होता. तेव्हा त्यास 'रसिवटा' व 'तणस' अशी दोन नावे होती. निजामशाहीत रायगडाचा उपयोग कैदी ठेवण्यापुरता होई.

महाराजांनी ६ एप्रिल १६५६ रोजी रायरीस, म्हणजेच रायगडास वेढा घातला व मे महिन्यात रायरी महाराजांच्या ताब्यात आली. तेथे असताना कल्याणचा सुभेदार मुल्ला अहमद, खजिना घेऊन रायगडावर आणला व त्या खजिन्याचा उपयोग गडाच्या बांधकामासाठी केला. रायगडाचा माथा राजधानी बनवण्यास सोयीचा व पुरेसा आहे.

सागरी दळणवळणासाठी हे ठिकाण जवळ आहे म्हणून महाराजांनी राजधानीसाठी या गडाची निवड केली. याच रायगडाला विविध नावांनी संबोधले गेले आहे ते पुढील प्रमाणे :

१. रायगड
२. रायरी
३. इस्लामगड
४. नंदादिप
५. जंबुद्वीप
६. तणस
७. राशीवटा

किल्ल्यांची यशोगाथा

८. बदेनुर
९. रायगिरी
१०. राजगिरी
११. भिवगड
१२. रेड्डी
१३. शिवलंका
१४. रहिर
१५. पूर्वेकडील जिब्राल्टर

2
कांचनगड किल्ला

कांचनगड किल्ला

किल्ल्याची उंची: १३६८ मी.

कांचन किल्ला हा अतिशय विलक्षण आणि खूप उंच असा किल्ला आहे. कांचन किल्ला कोलधेरच्या पश्चिमेस सुमारे दोन मैल आणि चांदोरच्या उत्तर-पश्चिम पासून दहा मैलांवर आहे. १८१८ मध्ये या किल्ल्याला भेट देणाऱ्या कॅप्टन ब्रिग्सने हे चांगले चिन्हांकित केले आहे. हा एक मोठा डोंगर आहे आणि त्याच्या जवळ असलेल्या कोलेधर किल्ल्यापेक्षा खूपच उंच आहे. हा किल्ला महाराष्ट्रात नाशिक मध्ये. आहे कांचन किल्ल्याची उंची समुद्रसपाटीपासून ४४९० फूट आहे.

किल्ल्याचा इतिहास

कांचन किल्ला पौराणिक आणि ऐतिहासिक पार्श्वभूमीसाठी प्रसिद्ध आहे. धोडप येथील दगडावर अल्लाहवर्दी खानने जिंकलेले उत्कृष्ट शिलालेख आहेत. त्यांनी या किल्ल्याला कांचन- मंचन असे म्हटले ज्याचा मराठीत अर्थ 'सोन्याची किंमत' असे दर्शवते. इ.स. १६७० मध्ये छत्रपती शिवाजी महाराजांनी सुरत शहरावर आक्रमण केले. छत्रपती शिवाजी महाराजांचा परस्पर सेनापती दौडखानने पाठपुरावा केला कारण त्यांनी दुसऱ्यांदा शहर काढून टाकले. छत्रपती शिवाजी हे यशस्वीपणे करू शकले कारण त्यांनी आपल्या दोन हजार सैनिकांसह कांचन किल्ल्यात ठेवून लुट सुरक्षित केली. त्याने शेवटी धौड़खानाचा पराभव केला. शिवाजीच्या फौजेनेही जवळचे क्षेत्र काबीज केले आहेत. हे रावळा - जावला,

त्र्यंबकगड, मार्कंडेय किल्ला आणि अहिवंत किल्ला होते.

छत्रपती शिवाजी महाराज यांनी सुरतेची संपत्ती लुटल्यानंतर हा खजिना कांचनगडच्या मार्गाने रायगडी नेत असताना मोगली सरदार दाऊदखान आडवा आला होता. या दाऊद खानाला कांचन किल्ल्याच्या जवळ असणाऱ्या भाऊड खिंडीजवळ गाळून महाराजांनी त्याचा सपाटून पराभव केला. छत्रपती शिवरायांनी दुसऱ्यांदा जेव्हा सूरत लुटली तेव्हाही सरदार दाऊदखान आडवा आला व कांचन किल्ल्याच्या पायथ्याशी मराठा मोगल हातघाईवर आले. मराठ्यांनी बेरीरागरी तंत्राचा वापर करून मोगलांचा पाडाव केला. छत्रपती शिवराय स्वतः मोगलांशी लढले. शिवरायांचा प्रत्यक्ष सहभाग असलेली ही लढाई इतिहासात खूप महत्वाची मानली जाते.

3
मुरुड जंजिरा किल्ला

मुरुड जंजिरा किल्ला

किल्ल्याची उंची: ० मी.

रायगड जिल्ह्यातील मुरुड-जंजिरा हा एक अभेद्य किल्ला आहे आणि चारही बाजूनी अरबी समुद्राने घेरलेला आहे. या समुद्राला लागूनच मुरुड तालुक्यातील मुरुड नावाचे गाव आहे. मुरुडपासून राजपुरी चार-पाच किलोमीटर अंतरावर आहे. या राजपुरी गावाच्या पश्चिमेला समुद्रात एका बेटावर मुरुड-जंजिरा किल्ला आहे. जंजिराचा अर्थ समुद्राने वेढलेला किल्ला. भक्कम बांधकाम आणि आजूबाजूला समुद्र, याशिवाय मुरुड - जंजिराच्या तटावर ५७२ तोफा आहेत. महाराष्ट्राच्या स्वराज्यासाठी हा जंजिरा शेवटपर्यंत अजेय राहीला.

इ.स. १६१७ मध्ये सिध्दी अंबर याने बादशहाकडून स्वतंत्र सनद मिळवून जहागिरी प्राप्त केली. जंजिरा संस्थानचा हा मूळ पुरुष समजला जातो. अनेकांनी जंजिरा जिंकण्याचा प्रयत्न केला, पण तो यशस्वी होऊ शकला नाही. छत्रपती शिवाजी राजांनाही जंजिऱ्यावर स्वामित्व मिळवता आले नाही.

इस. १६१७ ते इ.स. १९४७ अशी ३३० वर्षे जंजिरा अजिंक्य राहीला. जंजिऱ्याचे प्रवेशव्दार पूर्वाभिमुख आहे.

किल्ल्याची माहीती

जंजीरा किल्लाचे प्रवेशदार पूर्वेस आहे व प्रवेशद्वाराजवळ एक शिल्प आहे. एका वाघाने चारही पायात चार हत्ती पकडले आहेत व शेपटीत एक हत्ती गुंडाळला आहे, असे ते चित्र आहे. बुऱ्हाणखान इतर सत्ताधीशांना सुचवतो आहे की, "तुम्ही हत्ती असाल, मी पण शेर आहे. या किल्ल्याकडे वाकड्या नजरेने पाहण्याचे धाडस करू नका" या किल्ल्यातील सिद्धी सरदारांनी हा किल्ला सदैव अजिंक्य राखला. जंजीऱ्याची तटबंदी बुलंद आहे. त्याला सागराकडे ही एक दरवाजा आहे. असे १८ बुलंद बुरुज आहेत. दोन बुरुजांमधील अंतर ९० फुटापेक्षा जास्त आहे. जंजि-यावर ५१४ तोफा असल्याचा उल्लेख आहे. यातील कलालबांगडी, लांडाकासम व चावरी या तोफा आजही पाहायला मिळतात.

असा हा अजेय जंजिरा, २० सिद्धी सत्ताधीशानंतर आलेल्या सिद्धी मुहमदखान हा शेवटचा सिद्दी असताना, व त्या राज्याच्या स्थापनेनंतर ३३० वर्षांनी, म्हणजे ३ एप्रिल १९४८ रोजी ते राज्य भारतीय संघराज्यात विलीन झाले.

4
सिंहगड किल्ला

सिंहगड किल्ला

किल्ल्याची उंची: १३४१ मी.

पुणेहून साधारण २५ कि. मी. अंतरावर असणारा हा किल्ला समुद्रसपाटीपासून सुमारे ४४०० फूट उंच आहे. सह्याद्रीच्या पूर्व शाखेवर पसरलेल्या भुलेश्वराच्या रांगेवर हा गड आहे.

किल्ल्याचा इतिहास

सिंहगड किल्ल्याचे आधीचे नाव कोंढाणा होते. स्थानिक महादेव लोकांच्या आख्यायिकेनुसार कौडण्यऋषी यांनी तपश्चर्या केली म्हणून ह्या डोंगराचे नाव कोंढाणा झाले. इ.स. १३६० मध्ये दिल्लीचा सुलतान मुहम्मद तुघलकाने दक्षिण स्वारी केली. तेव्हा त्याला मंगोल आक्रमणापासून सुरक्षित राहव्यासाठी राजधानी देवागिरी येथे हलवली. त्यावेळी दक्खनच्या भागात कोळी राजांचे वर्चस्व होते. म्हणून त्याने कोळी साम्राज्यावर आक्रमण केले. त्यावेळी कोळी राजा नागनायक यांच्यात युद्ध झाले. पुढे जनतेला घेऊन त्यांनी या किल्ल्यात आश्रय केला. त्यांनी तब्बल ९ महिन्यापेक्षा अधिक काळ म्हणजे एक वर्ष किल्ला लढवला. त्यांचा पराक्रम पाहून सुलतान चकीत झाला. सुलतानने दिल्लीला गेल्यावर किल्ला पुन्हा घेतला. पुढे निजामशाही पर्यंत किल्ला महादेव कोळी सामंताकडे होता.

पूर्वी हा किल्ला आदिलशाही राजवटीत होता. दादोजी कोंडदेव हे आदिलशाहीचे सुभेदार होते. इ. स. १६४७ मध्ये त्यांनी गडावर आपले लष्करी केंद्र बनवले. इ.स. १६४९ शहाजी राजेंच्या सुटकेसाठी शिवाजी महाराजांनी हा किल्ला परत आदिलशहाला दिला. पुरंदरच्या तहात जे किल्ले मोगलांना दिले त्यामध्ये कोंढाण्याचा समावेश देखील होता. मोगलांतर्फे उदेभान राठोड हा कोंडाण्यावरचा अधिकारी होता. या लढाईत तानाजींना वीरमरण आले आणि प्राणाचे बलिदान देऊन हा

किल्ला जिंकल्यामुळे शिवाजी महाराजांनी "गड आला पण सिंह गेला" हे वाक्य उच्चारले.

सिंहगडाची लढाई ही शिवाजी महाराजांच्या कारकीर्दीतील महत्वाच्या घटनांपैकी एक आहे. मुघलांशी तहात गमावलेले किल्ले परत घेण्यात शिवाजींनी मोहीमा आखल्या होत्या. त्या योजनेतच सिंहगड परत मिळवणे अतिशय महत्वाचे होते. सिंहगडावर झालेली ही लढाई तानाजी मालुसरेच्या बलिदानासाठी ओळखली जाते.

5
लोहगड किल्ला

लोहगड किल्ला

किल्ल्याची उंची:१०४२ मी.

लोहगड हा भारताच्या महाराष्ट्र राज्यातील एक किल्ला आहे. भारत सरकारने या किल्ल्याला दि. २६ मे, इ.स. १९०९ रोजी महाराष्ट्रातील राष्ट्रीय संरक्षित स्मारक म्हणून घोषित केलेले आहे.

किल्ल्याचा इतिहास

लोहगड किल्ला हा अति मजबूत, बुलंद आणि दुर्जेय आहे. या किल्ल्याच्या जवळच असणारी भाजे आणि बेडसे ही बौद्धकालीन लेणी ज्या काळी निर्माण झाली त्याही पूर्वी म्हणजेच इ.स. पूर्व सातशे वर्षापूर्वी या किल्ल्याची निर्मिती झाली असावी.

इ.स. १४८९ मध्ये मलिक अहमदने निजामशाहीची स्थापना केली आणि अनेक किल्ले जिंकून घेतले. त्यापैकीच लोहगड हा एक किल्ला आहे. इ.स. १५६४ मध्ये अहमदनगरचा सातवा राजा दूसरा बुऱ्हाण निजाम लोहगड या किल्ल्यावर कैदेत होता. इ.स. १६३० किल्ला लोहगड हा आदिलशाहीत आला.

इ. स. १६५७ मध्ये शिवाजी महाराजांनी कल्याण आणि भिवंडी परिसर जिंकून घेतला आणि लोहगड-विसापूर हा सर्व परिसरसुद्धा स्वराज्यात सामील करून घेतला. इ.स. १६६५ मध्ये झालेल्या पुरंदरच्या तहात हा किल्ला मोगलांच्या स्वाधीन केला गेला. पुढे १३ मे १६७० मध्ये मराठ्यांनी किल्ला परत जिंकला.

पहिल्या सुरत लुटीच्या वेळेस आणलेली संपत्ती नेताजी पालकरने लोहगडावर आणून ठेवली होती. इ.स. १७१३ मध्ये शाहूमहाराजांनी कृपावंत होऊन लोहगड हा किल्ला 'कान्होजी आंग्रे' यांस दिला. १७२० मध्ये कान्होजी आंग्रे यांच्याकडून तो पेशव्याकडे आला. १७७० मध्ये नाना फडणवीसांचा सरदार जावजी बांबळे याने तो आपल्या ताब्यात घेतला. नानांनी पुढे धोंडोपंत नित्सुरे यांच्याकडे किल्ल्याचा कारभार सोपवला. १८०० मध्ये नित्सुरे कैलासवासी झाले व नंतर १८०२ मध्ये त्यांच्या पत्नी किल्ल्यावर येऊन राहील्या. १८०३ मध्ये किल्ला इंग्रजांनी घेतला. पण नंतर दुसऱ्या बाजीराव ने तो पुन्हा जिंकला. ४ मार्च १८१८ ला जनरल प्रॉथर लोहगड जिंकण्यासाठी आला. आणि त्यानंतर सर्वप्रथम दुसऱ्याच दिवशी मराठे लोहगड सोडून निघून गेले.

6
विजयदुर्ग किल्ला

विजयदुर्ग किल्ला

किल्ल्याची उंची:३० मी.

विजयदुर्ग हा किल्ला ८२० वर्ष प्राचीन आहे आणि हा किल्ला इ.स. ११९३ ते १२०६ मध्ये राजा भोज याने बांधला कारण त्यावेळी राजा भोज यांचे कोकण प्रांतावर वर्चस्व होते. विजयनगरचे सम्राट बहमनी सुलतान आणि विजापूरच्या आदिलशहाने या किल्ल्यावर राज्य केले. इ.स. १६५३ मध्ये छत्रपती शिवाजी महाराज यांनी या किल्ल्यावर हल्ला करून हा किल्ला आदिलशहाकडून आपल्या ताब्यात घेतला. विजयदुर्ग या किल्ल्याला पूर्वीच्या काळी घेरीया या नावाने ओळखले जायचे. शत्रुने जर अचानक हल्ला केला तर बचावासाठी किल्ल्यामध्ये दोन सुरंग बनवल्या होत्या. एक सुरंग किल्ल्याच्या पूर्वेकडे आणि दुसरी सुरंग किल्ल्याच्या पश्चिमेकडे आहे.

विजयदुर्ग किल्ल्याचा इतिहास

मराठी आरमाराच्या कारभारामध्ये विजयदुर्ग या किल्ल्याने मोलाची कामगिरी बजावली आहे. इ.स. १७५६ पर्यंत हा किल्ला कान्होजी आंग्रे व त्यांचे पुत्र संभाजी आंग्रे व तुळाजी आंग्रे यांच्या ताब्यात होता. यानंतर इंग्रज व पेशवे यांनी मिळून या किल्ल्यावर हल्ला करत कान्होजी आंग्रे यांच्या सैन्याचा पराभव केला आणि किल्ला आपल्या ताब्यात घेतला. त्यावेळी इंग्रज आणि पेशव्यांमध्ये एक करार झाला होता आणि त्या करारामध्ये असे ठरले होते कि हा किल्ला पेशव्यांना द्यायचा पण करारामध्ये ठरल्याप्रमाणे काहीच झाले नाही. इंग्रजांनी पेशव्यांकडून बाणकोट जिल्ह्यातील पेशव्यांच्या वर्चस्वाखाली असलेली ७ गावे घेतली आणि पेशव्यांना विजयदुर्ग हा किल्ला देण्यात आला. या किल्ल्यावर १६५३ पासून १८१८ पर्यंत

निलम दिनेश पेठकर

मराठ्यांचे वर्चस्व होते.

7

भुईकोट किल्ले

जे किल्ले सपाट जमिनीवर बांधले आहेत त्या किल्ल्यांना भुईकोट किल्ले म्हणतात. महाराष्ट्रात पेशवाई काळामध्ये अनेक भुईकोट किल्ल्यांची निर्मिती करण्यात आली होती. भुईकोट या नावामध्येच त्याचा अर्थ दडलेला आहे. 'भुई' म्हणजे जमीन आणि 'कोट' म्हणजे किल्ला, जो किल्ला भूमीवर बांधलेला असतो त्याला भुईकोट म्हणतात.

देशाचे काही भुईकोट किल्ले

१. अहमदनगर भुईकोट किल्ला

२. सोलापूर भुईकोट किल्ला

३. तुगलकाबाद भुईकोट किल्ला

४. नळदुर्ग भुईकोट किल्ला

५. आग्रा भुईकोट किल्ला

६. कंधार भुईकोट किल्ला

७. मालेगाव भुईकोट किल्ला

८. उदगीर भुईकोट किल्ला

९. पारोळा भुईकोट किल्ला

अहमदनगर भुईकोट किल्ला

अहमदनगर भुईकोट किल्ला

अहमदनगरचा भुईकोट किल्ला हा महाराष्ट्र राज्यातील अहमदनगर या शहराजवळ वसलेला आहे. हा किल्ला महाराष्ट्रातील मोठ्या किल्यांपैकी एक किल्ला आहे. आणि हा किल्ला १५ व्या किंवा १६ व्या शतकामध्ये निजाम अहमद शहा बहिरी याने बांधला आहे.

ज्यावेळी महात्मा गांधींनी भारत छोड़ो आंदोलन केले होते त्यावेळी इंग्रज सरकारने सरदार वल्लभभाई पटेल, पंडित

जवाहरलाल नेहरू, डॉ पी. सी. घोष आणि मौलाना आझाद या सारख्या आपल्या भारतीय नेत्यांना याच किल्ल्यामध्ये कैद करून ठेवले होते आणि ज्यावेळी पंडित जवाहरलाल नेहरू या किल्ल्यावर कैद होते त्यावेळी त्यांनी 'डिस्कव्हरी ऑफ इंडिया ' हे पुस्तक या किल्ल्यावरच लिहीले. या किल्ल्याला एकूण २२ भक्कम बुरुज आहेत. या किल्ल्याला पूर्वीच्या काळी 'कोटबाग किल्ला' म्हणून ओळखले जात होते.

सोलापूर भुईकोट किल्ला

सोलापूर भुईकोट किल्ला

महाराष्ट्र सोलापूर शहरामध्ये सिध्देश्वर तलावाच्या काठावर वसलेला सोलापूर भुईकोट किल्ला १४ व्या शतकामध्ये बहमनींच्या काळामध्ये बांधला आहे. सोलापूर शहरामध्ये प्रवेश केल्यानंतर शहराच्या मध्यभागी असणारा हा किल्ला सर्वांचे लक्ष वेधून घेतो. किल्ल्याला भक्कम अश्या तटबंदीच्या भिंतीनी संरक्षित केले आहे. किल्ल्याला एकूण २३ बुरुज आहेत आणि तटबंदीच्या भिंतिला एकूण ७ बुरुज आहेत. चांदबीबी आदिलशहाचा निकाह याच किल्ल्यामध्ये झाला होता.

तुगलकाबाद भुईकोट किल्ला

तुगलकाबाद भुईकोट किल्ला

तुगलकाबाद हा किल्ला दिल्लतील एक प्राचीन किल्ला असून किल्ल्याची स्थापना आणि तुगलकाबाद या शहराची स्थापना गयासुध्दीन तुगलक याने इ. स. १३२१ मध्ये केली. तुगलकाबाद हा किल्ला चार वर्षाच्या अल्प कालावधीत (इ.स. १३२१ ते इ.स. १३२५) बांधून पूर्ण झाला. या किल्ल्याचे बांधकाम हे इंडो इस्लामिक शैलीतील आहे. या किल्ल्यामध्ये भव्य बुरुज, भव्य वाडे, मशिदी आणि प्रेक्षकगृहे या सारख्या इमारती पाहायला मिळतील.

नळदुर्ग भुईकोट किल्ला

नळदुर्ग भुईकोट किल्ला

नळदुर्ग हा किल्ला महाराष्ट्र राज्यातील उस्मानाबाद जिल्ह्यामध्ये वसलेला आहे आणि हा एक भुईकोट प्रकारातील प्राचीन किल्ला आहे. हा किल्ला चालूक्य राजकर्त्यांच्या काळात म्हणजेच राजा नळ याने बांधला असावा असे म्हटले जाते. या किल्ल्याला संरक्षणात्मक भक्कम अशी तटबंदी आहे त्याचबरोबर या किल्ल्यावर शत्रुवर लक्ष ठेवण्यासाठी तसेच युध्दाच्या वेळी शत्रुवर आक्रमण करण्यासाठी नळदुर्ग किल्ल्यावर बुरुज आहे. या बुरुजांची संख्या ११४ इतकी आहे आणि हे बुरुज किल्ल्याला समांतर आहेत. नळदुर्ग हा किल्ला

बांधण्यासाठी एकूण १५ वर्ष लागली.

आग्रा भुईकोट किल्ला

आग्रा भुईकोट किल्ला

आपल्या भारतामध्ये कित्येक ऐतिहासिक किल्ले आहेत त्यामधील एक म्हणजे आग्राचा किल्ला. आग्रा हा किल्ला भारतातील प्रसिद्ध ताजमहाल पासून फक्त १३ किलो मीटर आहे. बादलगड या नावाने १५ व्या शतकामध्ये हा किल्ला ओळखला जात होता.

भारतातील मुगल सम्राट बाबर, हुमायु, अकबर, जहांगीर आणि औरंगजेबाने या किल्ल्यावर राज्य केले. आग्र्याचा हा किल्ला भू किल्ला असून या किल्ल्याला 'लाल किल्ला' म्हणून देखील ओळखले जाते. हा किल्ला मोगलांनी बांधला. त्यानंतर इ.स. १५२६ मध्ये पानिपतच्या पहिल्या लढाई नंतर इब्राहीम लोधी येथे आला. आणि त्याने मुगलांचा पहिला शासक बाबर याच्यावर हल्ला करून हा किल्ला आपल्या ताब्यात घेतला.

कंधार भुईकोट किल्ला

कंधार भुईकोट किल्ला

कंधार हा किल्ला राष्ट्रकुट वंशामधील राजा तिसरा कृष्ण याने १० व्या शतकामध्ये बांधला. ज्यावेळी येथे राष्ट्रकुटांचे वर्चस्व होते त्यावेळी कंधार हे शहर त्यांची राजधानी होती. या किल्ल्याला तेथील प्रांताचे प्रतिक मानले जाते.

मालेगाव भुईकोट किल्ला

मालेगाव भुईकोट किल्ला

मालेगावचा भुईकोट किल्ला हा महाराष्ट्र राज्यामधील नाशिक या जिल्ह्यातील मालेगाव या तालुक्यामध्ये वसलेला आहे. हा किल्ला पेशवाई काळातील असून या किल्ल्याचे बांधकाम नरो शंकर राजे बहादूर यांनी इ.स. १७४० मध्ये बांधला आहे. हा किल्ला मालेगाव शहराच्या मध्यभागी वसलेला आहे आणि हा किल्ला बांधण्यासाठी जवळ जवळ २५ वर्षाहून अधिक दिवस लागले होते. या किल्ल्याला संरक्षक भक्कम तटबंदीची भिंत बांधली होती त्याचबरोबर या किल्ल्यावर एकूण ९ बुरुज होते. इ.स. १८१८ मध्ये हा किल्ला

इतर किल्ल्याप्रमाणे ब्रिटीश ईस्ट इंडिया कंपनीच्या ताब्यात गेला.

उदगीर भुईकोट किल्ला

उदगीर भुईकोट किल्ला

उदगीरचा भुईकोट किल्ला हा महाराष्ट्र राज्यातील लातूर जिल्ह्यामधील उदगीर या गावाजवळ वसलेला आहे. उदगीर हा किल्ला प्रसिद्ध होण्याचे कारण म्हणजे येथे निजाम आणि मराठा यांच्यामध्ये लढाई झाली होती आणि त्याचा पुढाकार पेशवा सदाशिवराव भाऊ यांनी केला होता. उदगीर या किल्ल्याबद्दलची एक विशेषता म्हणजे या किल्ल्यामध्ये पूर्वीच्या काळी एक गुप्त भुयारी मार्ग होता तो उदगीर किल्ल्यापासून बिदर पर्यंत होता. म्हणजे ६२ कि.मी. भुयारी मार्ग होता. उदगीर हा किल्ला १२ व्या शतकामध्ये बहामनी

वंशाच्या काळामध्ये बांधण्यात आला.

पारोळा भुईकोट किल्ला

पारोळा भुईकोट किल्ला

पारोळा हा किल्ला भुईकोट प्रकारातील असून या किल्ल्याची लांबी सुमारे ५२५ फुट आणि रुंदी ४३५ फुट इतकी आहे. पारोळा हा जिल्ला महाराष्ट्र राज्यातील जळगाव जिल्हयातील पारोळा या गावाजवळ वसलेला आहे. पारोळा हा किल्ला जहागिरदार हरी सदाशिव दामोदर यांनी इ.स. १७२७ मध्ये बांधला आहे. पारोळ या गावाची एक विशेषता म्हणजे हे गाव झाशिची राणी लक्ष्मीबाई यांचे माहेर होते.

८

नळदुर्ग किल्ला

नळदुर्ग किल्ला

नळदुर्ग हा भारताच्या महाराष्ट्र राज्यातील उस्मानाबाद जिल्ह्यामधील एक किल्ला आहे. नळदुर्ग किल्ला हा एक प्रसिद्ध प्राचीन किल्ला आहे. नळदुर्ग हा महाराष्ट्रातील

भुईकोट किल्ल्यातील सर्वात मोठा किल्ला आहे. या किल्ल्याच्या तटबंदीत ११४ बुरुज आहेत. महाराष्ट्राच्या गिरीदुर्ग, जलदुर्गाबरोबरच अनेक वैशिष्ट्यपूर्ण भुईदुर्ग किंवा भुईकोट किल्ले आहेत. या भुईकोट किल्ल्यामध्ये महत्वाचा असा किल्ला म्हणजे 'नळदुर्ग' होय.

नळदुर्गचा इतिहास नळराजा व दमयंती राणी पर्यंतचा असा आहे. हा किल्ला कल्याणच्या चालुक्य राजाच्या ताब्यात होता. पुढे तो बहामनी सुलतानांच्या ताब्यामध्ये आला. बहमनी राज्याची शकले उडाली व त्यातून ज्या शाह्या निर्माण झाल्या त्यामधील विजापुरच्या आदिलशाहीने नळदुर्ग कब्जा मिळवला. पुढे औरंगजेब या मोगल बादशहाने नळदुर्ग जिंकला आणि त्याची जबाबदारी हैदराबादच्या निजामाकडे सोपवली. निजामाने ईस्ट इंडिया कंपनीबरोबर १२ ऑक्टोबर १८०० रोजी तैनात फौजेचा तह करून स्वतःच्या स्वातंत्र्याचे बलिदान केले. इ.स. १८५७ च्या उठावाच्या वेळी निजामाने इंग्रजांना प्रचंड साहाय्य केले. त्याचे बक्षीस म्हणून इ.स. १८५३ च्या तहात सुधारणा करून १८६० चा तह करण्यात आला. त्यानुसार नळदुर्ग व रायचूर हे २१ लाख रुपये उत्पन्नाचे जिल्हे निजामास परत देण्यात आले. नळदुर्ग किल्ल्याची तटबंदी अतिशय मजबूत असून ती काळ्या बेसाल्ट दगडात बांधलेली आहे. या तटबंदीत एकूण ११४ बुरुज आहेत.

9
पन्हाळगड किल्ला

पन्हाळगड किल्ला

किल्ल्याची उंची: ९७७ मी

पन्हाळगड हा किल्ला राजा भोज यांनी ११७८ - १२०९ मध्ये बांधला आहे आणि डेक्कन किल्यांमध्ये सर्वोत मोठा किल्ला आहे. शिवाजी महाराजांची आठवण करून देणारा पन्हाळा हा एक ऐतिहासीक किल्ला आहे. सिद्धी जोहरने शिवाजी महाराजांच्या पन्हाळ गडाला चार महिने वेढा दिला होता. याच इमारती मध्ये आणखी एक इमारत आहे तिला सज्जाकोटी म्हणतात, १५०० ए. डी मध्ये ही ईमारत इब्राहीम आदिल शाह यांनी बांधली आहे. किल्लावर आजही शिवाजी महाराजांच्या अस्तित्वाची जाणीव होते. पन्हाळा असा गड आहे की जेथे शिवाजी महाराजांचे ५०० रहिवासी होते. या गडाच्या आत मध्ये संभाजी मंदिर, सोमेश्वर मंदिर, तीन दरवाजा, राज दिंडी इ. आहेत. विदारचे बहामनिस मेहमूद गवान यांनी १४६९ शतकात या गडावर हल्ला केला. पुढे जाऊन १६ व्या शतकात हा किल्ला बिजापूर यांनी काबीज केला. त्यानंतर १६५९ मध्ये शिवाजी महाराजांनी हा किल्ला काबीज केला. इ. स. १७०१ मध्ये औरंगजेबाने हा गड काबीज केला.

किल्ल्याचा इतिहास

२ मार्च १६६० साली पन्हाळ्याला सिद्धी जोहरने वेढा दिला. हा वेढा तब्बल चार महिने घातला होता, शिवाजी महाराज या वेढ्यामुळे पन्हाळ्यावर अडकले. सिद्धी जौहर ने महाराजांचा पाठलाग केला असता बाजीप्रभू देशपांडे यांनी घोडखिंडीत त्याची वाट अडविली आणि प्राणपणाने झुंज दिली. त्यामुळे शिवाजी महाराज सुखरूप विशाळगडावर पोहोचू शकले. या

लढाईत बाजीप्रभू धारातीर्थी पडले. त्यामुळे आज ही घोडखिंड पावनखिंड म्हणून ओळखली जाते.

छत्रपती शिवाजी महाराजांनी पन्हाळगड १६५९ मध्ये पन्हाळगड स्वराज्यात आणला. पुढे अनेक वर्ष हा किल्ला मराठांच्या ताब्यात होता. शिवरायांच्या मृत्यू पश्चात छत्रपती संभाजी महाराजांनी स्वराज्याची सूत्र येथूनच आपल्या हातात घेतली. ताराबाईनी ज्यावेळी कोल्हापूरची सूत्र आपल्या हाती घेतली होती त्या सुमारास पन्हाळा ही आपली राजधानी केली होती. शाहू महाराजांनी देखील काही काळ पन्हाळ्यावर कब्जा केल्याचे म्हटले जाते. या किल्ल्याचा राज्यकारभार १७८२ ला कोल्हापूर मुख्यालयाकडे सोपविण्यात आला. पुढे ब्रिटिशांनी १८४४ ला स्थानिक राज्यकर्त्याकडून हा किल्ला काबीज केला.

10
गाळणा किल्ला

गाळणा किल्ला

किल्ल्याची उंची: ७११ मी.

गाळणा हा किल्ला गिरिदुर्ग प्रकारातील असून हा किल्ला महाराष्ट्र राज्यातील नाशिक जिल्ह्यातील मालेगाव तालुक्यामध्ये वसलेला आहे. गाळणा हा किल्ला सह्याद्रीच्या डोंगररांगेतील सातमाळ या उपरांगमधील गाळणा टेकडीवर वसलेला आहे. या किल्ल्याला प्राचीन काळी दक्षिणेकडील बागलानचे प्रवेश द्वार म्हणून ओळखले जायचे. हा किल्ला दोन खोऱ्यामध्ये आहे. उत्तरेला तापी नदी आणि दक्षिणेला पांजरा नदी आहे.

किल्ल्याचा इतिहास

मराठा, निजामशाही, आदिलशाही मुगल आणि इंग्रज या सर्व वंशानी या किल्ल्यावर वर्चस्व गाजवण्यासाठी खूप लढाया केल्या. १५ व्या शतकामध्ये गाळणा या किल्ल्याने महत्व पूर्ण कामगिरी बजावली आहे कारण हा किल्ला डेक्कनच्या सीमेवर होता. १४८७ मध्ये जेव्हा हा किल्ला मराठा साम्राज्याकडे होता त्यावेळी दौलताबादचे गवर्नर मलिक पूजी आणि मलिक अश्रफ नावाच्या दोन भावांनी या किल्ल्यावर हल्ला केला आणि तो आपल्या ताब्यात घेतला. इ.स. १५०६ मध्ये मलिक वूजी यांचा मृत्यू झाल्यानंतर हा किल्ला मलिक अश्रफ याने मलिक अहमद शहा यांच्याकडे दिला जो अहमदनगरचा निजाम होता. पण ३ ते ४ वर्षामध्ये मलिक अहमद शहा याचा मृत्यु झाल्यामुळे गाळणा हा किल्ला एक मुस्लिम प्रमुखाकडे दिला. जो मराठा साम्राज्याचा कट्टर विरोधी आणि त्याने मराठा साम्राज्याला खंडणी देण्यास देखील नकार दिला होता. पण त्याने इ.स. १६३४ मध्ये मोगलांना खंडणी दिली होती. औरंगजेबाला, हा किल्ला अतिशय भव्य असल्यामुळे, ताब्यात

• 45 •

घ्यावा असे वाटू लागले म्हणून त्याने इ.स. १७०४ मध्ये गाळणा या किल्ल्यावर हल्ला केला आणि इ.स. १७०५ मध्ये हा किल्ला ताब्यात घेतला. पुढे होळकर प्रमुख वॉलास याने हा किल्ला औरंगजेबाकडून आपल्या ताब्यात घेतला. त्यानंतर हा किल्ला सर्व किल्ल्याप्रमाणे इ.स. १८१८ मध्ये इंग्रजांच्या ताब्यात गेला.

गाळणा किल्ल्यावर अनेक शिलालेख आपल्याला पहायला मिळतात. या किल्ल्यामध्ये उत्तर भागामध्ये एक शिलालेख पहायला मिळतो जो महमद अलीखान याच्या नावाचा आहे. त्याने किल्ल्याच्या उत्तरेकडील भागामध्ये इ.स. १५८३ मध्ये एक बुरुजाची बांधणी केली होती आणि तो शिलालेख याच संदर्भात आहे.

11

सोनगिर किल्ला

सोनगिर किल्ला

किल्ल्याची उंची: ३०४ मी.

सोनगिर किल्ला हा भारताच्या महाराष्ट्र राज्यातील किल्ला आहे. सोनगीर अर्थात सुर्वणगिरी हा धुळे जिल्ह्यात आहे.

१२ व्या शतकात येथे यादवांचे राज्य असल्याने त्या राजांपैकी उग्रसेन नावाच्या राजाने हा किल्ला बांधला असावा. हा किल्ला महत्वाच्या आणि मोक्याच्या जागी असल्यामुळे फारुखी सुलतानांनी हा इ.स. १३७० मध्ये हिंदू सरदारांकडून जिंकून त्यावर आपली पकड़ कायम ठेवली. पुढे आपली सत्ता मोगल बादशहा अकबराने स्थानदेशात प्रस्थापित केल्यावर सुवर्णागिरी त्यांच्या ताब्यात गेला. औरंगजेबानंतर हा किल्ला पेशवांच्या ताब्यात आला. इ.स. १८१८ मध्ये तो ब्रिटीशांनी जिंकून घेतला. हा किल्लाही सुरुवातीला फारुखी सुलतानांच्या ताब्यात होता. त्यानंतर तो मोगल, मराठे आणि इंग्रजांच्या ताब्यात गेला. १८१८ मध्ये तो इंग्रजांनी जिंकून घेतला. १३-१४ व्या शतकात सोनगीर किल्ल्यावर हिंदू राजाची सत्ता होती. पुढे खान्देशच्या फारुकी घराण्याचा संस्थापक राजा मलिक याने सोनगीरवर हल्ला चढवून हा किल्ला जिंकून घेतला. पुढे म्हणजे इ.स. १६०१ मध्ये खानदेशामधील फारुकी घराण्याचे राज्य संपुष्टात आले. त्याकाळी सोनगीरचा किल्लेदार फौलादखान नावाचा सरदार होता. त्याने बहादुरशहांचा पराभव झाल्याचे पाहताच मोगल सम्राट अकबराचे स्वामित्व मान्य केले. त्यामुळे अकबर बादशहाने त्यास सोनगीरचा किल्लेदार म्हणून कायम ठेवले हा किल्ला मोगलांच्याच ताब्यात होता, पण त्याच वर्षी मराठ्यांनी निजामाचा पराभव केला व त्यावेळी झालेल्या मालकीच्या तहानुसार हा गड़ मराठ्यांच्या ताब्यात आला. त्यावेळी बाळाजी बाजीराव पेशव्यांनी याचा ताबा नाराशंकराकडे दिला. १८१८ मध्ये पेशवा दूसरा बाजीराव शरण आल्यानंतर या गडाचा ताबा इंग्रजांकडे गेला.

महाराष्ट्रात सोनगिरी नावाचे अनेक किल्ले आहेत. एक रायगड जिल्ह्यात नागोठणे जवळचा सोनगिरी तर दुसरा धूळया जवळचा सोनगिरी आणि पुणे जिल्ह्यातील कर्जत जवळचा सोनगिरी. गडकिल्ले साधारणतः घाटाच्या पायथ्याशी,

घाटाच्या माथावर बांधलेले आढळतात. पुणे जिल्ह्यातील हा सोनगिरीचा किल्ला सुद्धा ऐन बोरघाटाच्या पायथ्याशीच आहे या किल्ल्याला "आवळसचा किल्ला" असे ही म्हणतात.

12
पारोळ्याचा किल्ला

पारोळ्याचा किल्ला

पारोळ्याचा किल्ला राज्यातील एक किल्ला आहे पारोळा जळगाव जिल्ह्यातील एक तालुका आहे. हा किल्ला हरि सदाशिव दामोदर यांनी सन १७२७ मध्ये स्थानिक व्यापारी लोकांच्या व सभोवतालच्या प्रांतावर नियंत्रण राखण्यासाठी या भुईकोट किल्ल्याची बांधणी केली.

पारोळा किल्ला म्हणजे झाशीच्या राणीचे माहेरघर. पुरातत्व खात्याने केलेल्या डागडुजीमुळे किल्ला सुस्थितीत असलातरी या भुईकोटला बाहेरच्या बाजूने अतिक्रमणाचा विळखा आहे. येथील एका बुरुजाच्या झाडामुळे ढासळला आहे. हा किल्ला १७२७ मध्ये जहागीरदार हरि सदाशिव दामोदर यांनी बांधला. किल्ल्याभोवती चारही खोल खंदक आणि पूर्वेकडे विस्तीर्ण तलाव बांधला आहे. मैदानावर बांधलेल्या या किल्ल्याची लांबी ५२५ फूट; तर रुंदी ४३५ फूट आहे. वास्तुशास्त्राचा एक सुंदर नमुना म्हणून ह्या किल्ल्याकडे पहिले जाते. पारोळा शहरालाही चारही बाजूंनी तटबंदी आहे. किल्ल्याला सकूण सात दरवाजे असून, दिल्ली दरवाजा पूर्वेकडील मुख्य दरवाजा आहे. धरणगाव दरवाजा, वंजारी दरवाजा, अमळनेर दरवाजा अशी अन्य प्रवेशदारांची नावे आहेत. किल्ल्यामध्ये दगडी बांधकामाचा भाग आहे त्याला बालेकिल्ला असे म्हणतात. बालेकिल्ल्याला चार गोलाकार भव्य बुरुज आहेत. त्यांची उंची साधारणतः पंचवीस फूट असावी. किल्ल्यात एक भुयाराचे तोंड आहे. हे भुयार घोडेस्वार जाऊ शकेल एवढ्या उंचीचे आहे. याच भुयाराचा वापर राणी लक्ष्मीबाईने पारोळ्यातून बाहेर पडण्यासाठी केला होता, असे म्हटले जाते. राणीच्या माहेरचे वंशच म्हणजेच तांबे घराणे आजही पारोळा गावात राहतात. इ.स. १८५७ उठावात राणी लक्ष्मीबाईना मदत केल्याचा ठपका पारोळ्याच्या किल्लेदारांवर ठेवण्यात आला होता. शहर १८५९ मध्ये इंग्रजांनी पारोळा किल्ला व शहर ताब्यात घेतले. याच

काळात किल्ल्यामध्ये इंग्रजांनी अनेकांना फाशी दिली. शिवाय किल्ल्याची बरीच मोडतोडही केली त्या घटनांचे भग्न अवशेष किल्ल्यात आजही आढळतात.

पारोळे गावाचे नाव शिरोळे अडनाव असणाऱ्या लोकांनी गावाचे नाव पारोळे असे ठेवले. नंतर काही दिवसात ते नाव पारोळा झाले शिरोळे ते पारोळे " असे शिरोळे कराचे ब्रीद वाक्य आहे.

13
मृगगड किल्ला

मृगगड किल्ला

खंडाळा - लोणावळा घाट परिसर प्रसिद्ध, आहे तेथील वातावरणामुळे, पावसाळ्यात येथे पर्यटकांची झुंबड उडालेली असते. भुशी डॅम हा येथील सर्वात प्रसिद्ध स्थळ . या भुशी धरणाकडे जातांना उजवीकडे एक दरी लागते , याला 'टायगर व्हॅली' असे म्हणाला म्हणतात. या 'टायगर व्हॅली' मध्ये अनोखे दुर्गरत्न आहे, त्याचे नाव म्हणजे 'मृगगड'. लोणावळ्याच्या लायन्स पॉईंटवरून हे दुर्गरत्न ओळखायची खून म्हणजे कोकणातून घाटावर आलेला मोरडीचा सुळका या मोराडीच्या सुळक्याला स्वयंभू शिवलिंग असेदेखील म्हणतात. या मोराडीच्या सुळकाच्या बरोबर पायथ्याला छोटासा तीन शिखरांचा डोंगर आहे तो डोंगर म्हणजे मृगगड उर्फ भेवलीचा किल्ला देखील म्हटले जाते. मृगगड ऊर्फ भेवलीचा किल्ला हा पुणे आणि रायगड जिल्हा सीमारेषेवर उभा आहे. मृगगडच्या पायथ्याचे गाव भेलीव आहे या किल्ल्याचे एक वैशिष्ट्य म्हणजे गडावर आपल्याला खूप पोस्ट होल्स सापडतात. उंबरखिंडीच्या ऐतिहासिक लढाईमध्ये देखील, मृगगडाचा वापर झाला होता 'सभासद बखरी च्या एकूण सहा प्रती आपल्याला पाहायला मिळतात. त्यापैकी 'गड रास पहिली' या प्रकरणात गडांची नावे येतात. त्यामध्ये ६० क्रमांकावर मृगगड किल्ल्याचा उल्लेख हा 'मृगगड' किंवा 'पितृगड' असा येतो.

14
हरिहर किल्ला

किल्ल्याची उंची :११२० मी

हरिहर हा किल्ला गिरीदुर्ग प्रकारातील असून हा किल्ला महाराष्ट्र राज्यातील नाशिक जिल्हयातील टाके या गावाजवळ हा किल्ला त्र्यंबकेश्वर पर्वत रांगेवर वसलेला आहे. हरिहर हा किल्ला ९ व्या ते १४ व्या शतकामध्ये यादव काळामध्ये बांधला होता. ब्रिटिशांनी या किल्ल्याच्या स्थापनेपासून किल्ला मिळवण्यासाठी किल्ल्यावर अनेक आक्रमणे केली. हरिहर या गडावर चढण्यासाठी कातळपायऱ्या आहेत. या पायऱ्या चढताना पर्यटक खूप घाबरतात. हरिहर गडालाचा 'हर्षगड' या नावाने देखील ओळखले जाते. या किल्ल्यावर चढण्यासाठी ज्या पायऱ्या कातळ दगडामध्ये कोरलेल्या आहेत. त्या पायऱ्यांची संख्या ११७ ते १२५ इतकी आहे. हरिहर हा किल्ला यादवांनी गोंडा घाटावरून होणाऱ्या व्यापारावर लक्ष ठेवण्यासाठी निर्माण केला होता. बिटीशांनी हा किल्ला मिळवण्यासाठी बरेच

आक्रमणे केली. त्यानंतर हा किल्ला निजामशाहीच्या वर्चस्वाखाली होता त्यानंतर इ.स. १६३६ मध्ये त्र्यंबकगड किल्ला आणि हरिहर किल्ला देखील शहाजी महाराजांनी आपल्या ताब्यात घेतला. पण त्यानंतर काही दिवसातच हा किल्ला मोगलांच्या ताब्यात गेला. पुढे १६७० मध्ये परत मोरोपंत पिंगळे यांनी स्वराज्यामध्ये सामील केला. एका वर्षातच हा किल्ला मोगल सरदार मातब्बर खान याने जिंकला. ८ जानेवारी १६८९ रोजी मोगल सरदार मातब्बर खान याने हा किल्ला जिंकला. इतर किल्ल्याप्रमाणे शेवटी १८१८ मध्ये हा गड मराठ्यांच्या ताब्यातून इंग्रजांनी जिंकून घेतला. १८१८ सालच्या मराठेशाही बुडविणाच्या इंग्रजांच्या धडक कारवाईत कॉटन ब्रिग्ज या इंग्रज अधिकाऱ्याने हरिहरगड जिंकून घेतला व त्याच्या पायऱ्या बघून आश्चर्यचकित झाला व उद्धाराला "या किल्ल्याच्या पायऱ्यांचे वर्णन शब्दांत करणे कठीणच व सुमारे २०० फूट सरळ व तीव्र चढाच्या या पायऱ्या अति उंच ठिकाणावर बांधलेल्या एखाद्या जिन्यासारख्या वाटतात". त्यावेळी इंग्रजांनी अनेक गडाचे मार्ग उद्ध्वस्त केले पण हरिहर किल्ल्याच्या अनोख्या पायऱ्यांनी आपल्या राकट सौदर्याची मोहिनी अशी काय कॅप्टन ब्रिग्जवर घातली की त्याने हरिहरगड जिंकून घेतला पण त्यांच्या सुंदर पायऱ्यांना हात लावला नाही, म्हणूनच हरिहर त्याच्या पायऱ्यांसाठी सुद्धा प्रसिद्ध आहे.

15
सज्जनगड

सज्जनगड

किल्ल्याची उंची:१०२१ मी

सज्जनगड हा भारताच्या महाराष्ट्रातील किल्ला आहे. या गडावर आश्वलायन ऋषींचे वास्तव स्थान आहे म्हणून या

गडाला आश्वलायनगड, तसेच अस्वलांची येथे वस्ती आहे म्हणून अस्वलगड, नवरसातारा अशी अनेक नावे आहेत. परळी गावाकडील दरवाज्यातूनच किल्ल्यात प्रवेश करता येतो सज्जनगडालाच 'परळीचा किल्ला' देखील म्हटले जाते. प्रतापगडाच्या पायथ्यापासून सह्याद्रीची एक उपरांग शंभूमहादेव या नावाने पूर्वेकडे जाते. या रांगेचे तीन फाटे फुटतात. त्यापैकी एका रांगेवर समर्थ रामदासांच्या पदस्पर्शाने पावन झालेला सज्जनगड उर्फ परळीचा किल्ला वसलेला आहे सातारा शहराच्या नैऋत्येस अवघ्या दहा किलोमीटर अंतरावर उरमोडी उर्फ उर्वशी नदीच्या खोऱ्यात हा दुर्ग उभा आहे. या किल्ल्याचा आकार शंखाकृती आहे.

किल्ल्याचा इतिहास

प्राचीन काळी या डोंगरावर आश्वालायन ऋषींचे वास्तव्य होते, त्यामुळे या किल्ल्याला 'आश्वलायनगड म्हणू लागले. या किल्ल्याची उभारणी शिलाहार राजा भोज याने ११ व्या शतकात केली. २ एप्रिल इ.स. १६७३ मध्ये शिवाजी राजांनी हा किल्ला आदिलशहाकडून जिंकून घेतला. शिवाजी महाराजांच्या विनंतीवरून समर्थ रामदास स्वामी गडावर कायमच्या वास्तव्यासाठी आले. आणि नंतर या परळीच्या किल्ल्याला सज्जनगड असे नाव देण्यात आले. पूढे या गडाचा राज्याभिषेक केला. आणि राज्याभिषेकानंतर इ.स. १६७९, पौष शुक्ल पौर्णिमेला शिवाजीराजे सज्जनगडावर समर्थाच्या दर्शनास आले.

इ.स. १८ जानेवारी १६८२ रोजी गडावर रामाच्या मूर्तीची स्थापना करण्यात आली. पुढे २२ जानेवारी इ.स. १६८२ मध्ये रामदास स्वामींनी देह ठेवला यानंतर मध्ये २१ एप्रिल इ.स.

१७०० फत्तेउल्लाखानने सज्जनगडास वेढा घातला. ६ जून इ.स. १७०० पन्हाळा सज्जनगड मोगलांच्या ताब्यात गेला व त्याचे 'नैरससातारा' म्हणून नामकरण झाले. इ.स. १७०९ मध्ये मराठ्यांनी किल्ला जिंकला. इ.स. १८०० मध्ये किल्ला इंग्रजांच्या हाती पडला.

गडावर शिरतांना लागणाऱ्या पहिल्या दरवाजाला 'छत्रपती शिवाजी महाराजद्वार असे म्हणतात. दुसरा दरवाजा पूर्वाभिमुख असून त्याला 'समर्थद्वार' म्हणतात. राममंदिर व मठ यांच्या दरम्यान असलेल्या दरवाज्याने पश्चीमेकडे गेल्यास उजव्या हातास एक चौथरा व त्यावर शेंदूर फासलेला गोटा आहे. त्यास ब्रम्हपिसा म्हणतात.

16
अजिंक्यतारा

अजिंक्यतारा

किल्ल्याची उंची: १३४१ मी

अजिंक्यतारा हा भारताच्या महाराष्ट्र राज्यातील सातारा या जिल्ह्यातील एक किल्ला आहे प्रतापगडापासून सातारा फुटणाऱ्या बामणोली रांगेवर अजिंक्यतारा उभारलेला आहे. अंजिक्यतारा ' किल्ल्याला 'सातारचा किल्ला"देखील म्हटले जाते

किल्ल्याचा इतिहास

सातारचा किल्ला उर्फ अजिंक्यतारा म्हणजे मराठ्यांची चौथी राजधानी पहिली राजधानी राजगड मग रायगड त्यानंतर जिंजी आणि चौथा अंजिक्यतारा. इ.स. ११९० मध्ये शिलाहार वंशातल्या दुसऱ्या भोजराजाने हा किल्ला बांधला. नंतर हा किल्ला बहमनी सत्तेकडे आणि मग़ विजापूरच्या अदिलशहाकडे गेला. इ.स. १५८० मध्ये पहिल्या अदिलशहाची पत्नी चांदबिबी हिला किश्वरखान याने कैद करून ठेवले होते. या किल्ल्याचा उपयोग स्तरावरच्या शतकाच्या मध्यापर्यंत जेल म्हणून केला जात असे. इ.स. २७ जुलै १६७३ मध्ये छत्रपती शिवाजी महाराजांच्या राज्याचा विस्तार होत असताना हा किल्ला शिवाजी महाराजांच्या हाती आला. शिवाजी महाराज या किल्ल्यावर दोन महिने वास्तव्यास होते. शिवाजी महाराजांच्या मृत्यूनंतर १६८२ मध्ये औरंगजेब महाराष्ट्रात शिरला. पुढे इ.स. १६९९ मध्ये औरंगजेब आणि औरंगजेबाच्या सैनिकांनी अंजिक्यतारा या किल्ल्याला वेढा घातला. त्यावेळी या किल्ल्याचे किल्लेदार प्रयागजी प्रभु होते. १३ एप्रिल १७०० च्या पहाटे मुघलांनी दोन भुयारे अग्नी आणि बत्ती देताच क्षणभरात मंगळाईचा बुरुज आकाशात भिरकावला गेला. त्यात तटावरील काही मराठे दगावले. त्या लढाईत प्रयागजी प्रभू देखील होते, त्या लढाईत ते वाचले व दीड हजार मोगल सैन्य मारले गेले. त्यानंतर किल्ल्यावरील सर्व दारुगोळा संपला

आणि २१ एप्रिल रोजी किल्ला सुभानजी ने जिंकून घेतला. याप्रकारे किल्ल्यावर मोगली निशाण फडकण्यास तबल साडेचार महिने लागले. किल्ला घर किल्ल्यावर मोगली निशाण फडकण्यासाठी तब्बल साडेचार महिने लागले त्यानंतर आझमतारा, ताराराणीच्या सैन्याने पुन्हा किल्ला जिंकला व त्याचे नामांतर 'अजिंक्यतारा' असे केले पण पुढे ताराराणीला अजिंक्यतारा लाभला नाही, त्यामुळे पुन्हा किल्ला मोगलांच्या स्वाधीन झाला. मात्र १७०८ , मध्ये शाहूने फितवून किल्ला घेतला आणि पेशव्याकडे हा किल्ला गेला. दुसऱ्या शाहूच्या निधनानंतर ११ फेब्रुवारी १८१८ मध्ये इंग्रजांकडे गेला.

17
अर्नाळा किल्ला

अर्नाळा किल्ला

अर्नाळा किल्ला जलदुर्ग प्रकारात मोडणारा किल्ला आहे. अर्नाळा हा किल्ला पालघर जिल्ह्यातील वसई तालुक्यातील

येणारा एक जलदुर्ग आहे. सुमारे चार हजार हेक्टर क्षेत्रावर वैतरणा नदीच्या मुखापाशी जवळच असलेल्या बेटावर अर्नाळा हा जलदुर्ग एकदम दिमाखाने उभा आहे. किल्ल्याला सर्व बाजूंनी तटबंदी आहे तसेच किल्ला आजही सुस्तीथित आहे. अर्नाळा किल्ल्याला एकूण तीन दरवाजे आहेत. या तीन दर्वाज्यांपैकी जो मुख्य दरवाजा आहे तो उत्तरभूमीक आहे. किल्ल्याच्या प्रवेशद्वाराच्या बाजूस दोन बुरुजे आहेत. येथील दरवाजाच्या कमानीवर सुंदर नक्षीकाम केलेले आहे. सोंडेतफुलांच्या माळा घेतलेले दोन हत्ती व सिंह अशा अनेक प्रकारच्या मूर्ती कोरलेल्या आहेत. येथील मुख्यालेख दरवाज्याजवळ अनेक शिलालेख आहेत. त्या शिलालेखवरून पहिले बाजीराव पेशवे यांनी कमानीचे जीर्नउध्दार केल्याचे ज्ञात होते.

किल्ल्याचा इतिहास

इ.स. १५५६ मध्ये गुजरातचा सुलतान महमूद बेगडा याने अर्नाळा जलदुर्ग बांधल्याचा इतिहासात नोंद आहे. या किल्ल्याचे अनेक वैशिष्ट्य आहेत त्यापैकी किल्ल्याचा गोलाकार नुरूप आणि ३० ते ४० फुट उंचीची मजबूत तटबंदी हे अर्नाळा किल्ल्याचे प्रमुख वैशिष्टय आहे. हा किल्ला काही काळानंतर पोर्तुगीजांनी घेतला होता. त्यानंतर पोर्तुगांनी येथील काही बांधकाम पाहून नव्याने बांधकाम केले होते, इ.स. १७३७ मध्ये अर् हा किल्ला स्वराज्यात आला. या किल्ल्यावर मुख्य दरवाज्याजवळ एक शिलालेख आढळतो. त्या शिलालेखावर थोरला बाजीराव यांनी पुन्हा नव्याने बांधकाम केल्याचा उल्लेख आढळतो. साधारणत: १९१७ मध्ये अर्नाळा हा किल्ला इंग्रजांनी बयात घेतला. किल्ल्यांचा मध्ये दरवाजे शुभ चिन्हे, विहीरी, येथील अष्टकोनी तळे, महादेव मंदिर, भवानी मंदिर आणि नित्यानंद महाराजांच्या पादूका सुद्धा आहेत.

या किल्ल्यावर गोड पाण्याच्या विहीरी आहेत. याशिवाय हाजीअली आणि शहाअली अशा मुस्लिम फकिराची थडगी या किल्ल्याच्या बुरुजावर पाहायला मिळते.

18
इंद्राई किल्ला

इंद्राई किल्ला

किल्ल्याची उंची: १३६८ मी

इंद्राई हा भारताच्या महाराष्ट्र राज्यातील एक किल्ला आहे. इंद्राई किल्ल्यावरून राजधेर, कोळधेर, चांदवड, धोडप, ईखारा

हा परिसर दिसतो. या गडावर दोन गुहा आहेत. यापैकी एका गुहेत पिण्याच्या पाण्याचे टाके आहे. याची रचना एका बाजूने कापलेल्या नळी सारखी आहे. प्रवेशद्वाराच्या डाव्या बाजूच्या कातळात फारसीतील कोरलेला शिलालेख आढळतो. या किल्ल्यावर अनेक गुहा आहेत. गुहेच्या रांगेच्या शेवटी बारमाही पिण्याच्या पाण्याचे टाके आहे. येथून समोर २ शिखरे असलेला डोंगर दिसतो, त्याला रोडग्यांचा डोंगर असे म्हणतात. सातवाहन स्थापत्यकलेचा अजोड़ नमूना अशी मानाची तूरे ज्याच्या शिरपेचात आहे असा दुर्गवीर इंद्राई किल्ला होता. किल्ल्याच्या पायऱ्या संपल्यावर डावीकडे एक नऊ ओळीचा फारसी, शिलालेख आहे त्यात मोगल सरदार अलावर्दीखानने जिंकलेल्या किल्ल्याच्या नावाचा उल्लेख आहे. किल्ल्याच्या समोरच उभा असणारा भग्नावशेषी दरवाजा आपल्या गतवैभवाची साक्ष देतो. त्यालाच ओलांडून पुढे प्रचंडला दर्शवणारा, पूर्व पश्चिम पसरलेला माथा नजरेत भरतो तसेच समोरच "काही कोरलेल्या गुहा व दालने राजधेरकडे तोड करून आहेत. समोरच खांबकोरीव कमनीय सौंदर्य लाभलेली दालने आहेत. त्याशेजारीच पुरातन "शिल्पकाराच्या गुणवत्तायुक्त कामाची पावती देणारा महादेव भोलेनाथ विराजित आहे ..

किल्ल्याचा इतिहास

इंद्राई किल्ल्यावर कोणत्या राजाने कोणत्या साली राज्य केले हे खाली दिलेले आहे

गौतमीपुत्र सातकर्णी (३ रे शतक)
राष्ट्रकूट राजे (३९६ - ६८२ / ८५)
महाराज चंद्रादित्य (५ वे शतक)

शेऊनचंद्र प्रथम (६५५ - ६८९)
देवगिरी साम्राज्य (७१२ - १११०)
खिलजी (११२८ - १२९०)
क्षत्रप पुळुवामी (१२९२ - १३८९)
निजामशाही (१४०३ - १५९६ व १६०१ - १६३६)
मुघल (१६३६ - १८१८)
इंग्रज (१८१८)

असा साहसी व बलाढय अवाढव्य राजवट लाभलेला कदाचित एकटा किल्ला इंद्राई किल्ला असावा.

19
अंकाई किल्ला

अंकाई किल्ला

अंकाईकिल्ला हा यादवांच्या काळात बांधूला गेला हा किल्ला जैन लेणीच्या पायथ्याशी आहे अंकाई डोंगरावरील किल्ल्याचा उपयोग यादव काळापूर्वीपासून टेहळणी नाका म्हणून केला जात असे. इ.स. १२०० - १२४७ मध्ये देवगिरीचे यादव सम्राट सिंघणाच्या कारकिर्दीत तो परमाराच्या ताब्यात होता. यादवांनी परमारांचा किल्लेदार श्रीधर याला फितूर रून हा किला जिकंला. इ.स. १६३५ मध्ये मुगल बादशहा शहाजहान याचा सुभेदार खानखनान याने अलका- पलका किल्ला जिंकून घेतला. यावेळी अंकाई -टंकाई हा किल्लाही जिंकल्याचा उल्लेख मिळतो. पेशव्यानीही अंकाई-टंकाई आपल्या ताब्यात यावा यासाठी बरेच प्रयत्न केले होते. इ.स. १७३४ मध्ये शेवगावचा तह झाला त्यावेळी हा किल्ला मराठ्यांना देण्याचे निजामाने कबुल केले होते मात्र निजामांचा अधिकारी व किल्लेदार अब्दुल अझिजखान याने हा किल्ला मराठ्यांना देण्यास नकार दिला होता. यामुळे पेशवा - निजामात संघर्ष वाढला होता. शेवटी इ.स. १७५२ च्या मराठे निजाम यांच्यात भालकीचा तह झाला. या तहानुसार अंकाई मराठ्यांच्या ताब्यात आला. पेशवाईचा अस्त झाल्याने ४ एप्रिल १८१८ रोजी कॅ. मॅकडॉवेल यांनी अंकाईच्या किल्लेदाराशी वाटाघाटी सुरु झाल्या शिवाय ५ एप्रिलला सहा पौंडी तोफांचा मारा किल्ल्यावर सुरु केला. या हल्ल्याने किल्लेदार शरण आल्यामुळे अंकाई इंग्रजांच्या हाती गेला. यावेळी मराठ्यांचे ३०० सैनिक व ४० तोफा, किल्ल्यात होत्या. अंकाई-टंकाई किल्ल्याच्या पायथ्याशी असलेले जैन लेणीच्या खुशीत स्थिरावलेले अंकाई गाव व लेणी अगदी दहाव्या शतक्यात गेल्याची जाणीव करून देतात. अंकाईच्या डोंगराच्या पायथ्यापासून शंभर एक पाय-या चढल्यावर जैन लेणी लागते भौगोलिक दृष्टया ही लेणी टंकाईच्या पोटात आहे या लेणी दहाव्या अकराव्या शतकात कोरलेल्या असाव्यात. लेणी क्रमांक ३ तर एक शिलालेखही आहे. लेणी क्रमांक २ मध्ये अंकाई देवी आहे इतर लेण्यामध्ये तीर्थकरांच्या मूर्ती,

द्वारशिल्प अन गूढ वाढविणाच्या मूर्ती पाहायला मिळतात. भादवकालीन एका ताम्रपटात अंकाईकिल्ल्याचा उल्लेख एनकाई दुर्ग' असा केलेला आहे. किल्ल्याला अंकाई टंकाई म्हटले जाते पण गावाचे नाव अंकाई आहे. लेणीतील अंकाई देवीमुळे गावाला अंकाइ तसेच टंकाई हे देखील तेथे असलेल्या टाकायी टुकायी देवीच्या मंदिरामूळे हे नाव पडले असे म्हटले जाते रामायण काळात अंकाई-टंकाई वर अगस्ती मुनींचे वास्तव्य होते. सीताचे हरण झाल्यानंतर सीतेला शोधण्यासाठी निघालेल्या रामाची व अगस्तींची भेट येथेच झाली होती, या किल्ल्यावर अगस्तींची गुफाही आहे.

नाशिक जिल्ह्यात गाळणा किल्ला सोडला तर इतकी मजबूत तटबंदी अंकाई-टंकाईवरच आढळते.' असा उल्लेख नाशिक गॅझेटियरमध्ये करण्यात आला आहे. अगस्ती ऋषी, जैन तीर्थकर व मच्छिंद्रनाथांच्या सहवासामुळे अंकाई-टकाइ ऋषीमुनींचे आवडते स्थान होते. मजबुत बांध्याचे जोडगोळी किल्ले माठासारखा दोन वस्तू गावची वेस, विखुरलेल्या मूर्ती, लेणीचे कोंदण अन अज्ञात वास्तुचे वैभव अशा अनेक वास्तूचे वैभव आपल्याला अंकाई किल्ल्यावर बघायला मिळते.

20
मल्हारगड

मल्हारगड

किल्ल्याची उंची:९४४ मी.

मल्हारगड हा किल्ला गिरीदुर्ग प्रकारातील आहे तसेच सर्वात शेवटी बांधली गेलेला किल्ला म्हणजे 'मल्हारगड' होय. पुणे

जिल्हेच्या दक्षिणेकड वेल्हे तालुक्यात सह्याद्रीच्या मूळ रांगेमध्ये दोन फाटे फुटतात. एका डोंगररांगेवर राजगड आणि तोरणा तर दुसरी डोंगररांग ही पूर्व पश्चिम पसरलेली आहे. मल्हारगड याच रांगेवर वसलेला किल्ला आहे. पुण्याहून सासवडला जाताना लागणाऱ्या दिवेघाटावर लक्ष ठेवण्यासाठी मल्हारगडची निर्मिती केली गेली. या किल्ल्याची निर्मिती इ.स. १७५७ ते १७६० या काळात झाली. या गडाच्या पायथ्याला सोनेरी नावाचे गाव आहे. या गावामुळे या गडाला सोनेरी म्हणून ओळखले जाते.

मल्हारगड किल्ल्याची बांधणी पेशव्यांचे सरदार पानसे यांनी केली. पानसे हे पेशवांच्या काळात तोफखान्याचे प्रमुख होते. इ.स १७५७ ते १७६० सन च्या कालावधीमध्ये किल्ल्याचे बांधकाम झाले. सन १७७१-७२ मध्ये थोरले माधवराव पेशवे किल्ल्यावर येऊन गेले. पानसेंच्या किल्ल्याखालच्या सोनेरी गावात एक चिरेबंदी वाडा सुद्धा आहे. या किल्ल्याचा उपयोग दिवेघाटावर आणि आजूबाजूच्या प्रदेशावर लक्ष ठेवण्यासाठी होत असे.

मल्हारगडाचा आकार त्रिकोणी असून त्यातील बालेकिल्ल्याला चौकोनी आकाराचा तट आहे. बालेकिल्ल्यात दोन मंदिराची शिखरे आहेत. ही दोन मंदिरे बालेकिल्ल्यात बाजूबाजूलाच असून यातील लहानसे खंडोबाचे देऊळ तर थोडे मोठे देऊळ महादेवाचे आहे खंडोबाच्या देवळामुळेच या गडाला 'मल्हारगड' हे नाव पडले असावे.

21

पूर्णगड

पूर्णगड

पूर्णगड हा भारताच्या महाराष्ट्र राज्यातील एक किल्ला आहे. मराठी आरमाराचे प्रमुख कान्होजी आंग्रे यांनी इ.स. १७२४ मध्ये पूर्णगड किल्ला बांधला. त्या किल्ल्याजवळच हनुमानाच मंदिर ही इथली महत्वाची खूण आहे. अतिशय उत्तम

बांधणीतील पूर्णावस्थेतील भक्कम महादरवाजा जांभ्या दगडातील असून त्यावर मधोमध चंद्रसूर्य व गणेशाची प्रतिमा कोरली आहे. दरवाजान आत गेल्यावर देवड्या दिसतात. गडावर सर्व बाजूंनी अनेक भक्कम तटबंदी आहेत. गडावरील सर्व वास्तू त्या तटबंदीवर उभ राहून नीट दिसू शकतात. बुरुजात व तटबंदीत बंदुकी व तोफांचा मारा करण्यासाठी ठिकठिकाणी जंग्या आहेत. याच तटबंदीमधून सागराकडे जाणारा १० फूट उंचीचा रेखीव कमानीचा दरवाजा आहे. नंतर कान्होजी आंग्रे यांचा मृत्यू झाल्यावर इ.स. १७३२ मध्ये पूर्णगड पेशव्यांकडे आला. इ.स. १८१८ मध्ये पेशव्यांची सत्ता संपली त्यानंतर आणि हा किल्ला इंग्रजांकडे गेला.

मुचकुंदी नदीच्या काठावर उत्तर दिशेला पूर्णगड हा किल्ला वसलेला आहे. या किल्ल्याच्या तटबंदीमदीमध्ये एकूण सात बुरुज बांधलेले आहेत. इ.स. १७३२ मध्ये पेशव्यांच्या काळात सरदार हरबारराव धुळूप यांच्याकडे हा किल्ला होता. इंग्रजांच्या काळात रत्नागिरी तीन महत्वाची बंदरे होती. ती म्हणजे रत्नगिरी, जयगड आणि ‘पूर्णगड’. या तीन बंदरांतून नारळ, भात, तेल, मीठ यांचा व्यापार मुंबई व कालिकत या बंदराशी व्यापार होत असे.

22
तोरणा किल्ला

तोरणा किल्ला

किल्ल्याची उंची : १४०० मी.

तोरणा हा भारताच्या महाराष्ट्र राज्यातील एक डोंगरी किल्ला आहे. तोरणा पुणे जिल्ह्यातील सर्वात उंच डोंगर आहे.

किल्ल्याचा इतिहास

शिवाजी महाराजांनी स्वराज्य स्थापन करीत असताना सर्वात पहिला घेतलेला किल्ला म्हणजे तोरणा किल्ला होय. हा किल्ला घेऊन शिवाजीने स्वराज्याचे तोरण बांधले असे म्हणायची पध्दत आहे. प्रत्यक्षात गडावर तोरण या जातीची बरेच झाडी असल्यामुळे गडाचे नाव 'तोरणा' असे पडले होते. गडाचा विस्तार प्रचंड मोठा असल्यामुळे महाराजांनी त्याचे नाव बदलून 'प्रचंडगड' असे ठेवले.

इ. स. १४७० - १४८६ च्या दरम्यान बहमनी राजवटीसाठी मलिक अहमद याने हा किल्ला जिंकला. नंतर हा किल्ला निजामशाहीत गेला. आणि नंतर तो महाराजांनी घेतला व त्याचे नाव प्रचंडगड असे ठेवले आणि गडावर आणखी काही इमारती बांधल्या. संभाजी महाराजांची निघृण हत्या झाल्यावर हा किल्ला मोगलांकडे गेला. शंकरची नारायण सचिवांनी तो परत मराठांच्या ताब्यात आणला. पुढे इ.स. १७०४ मध्ये औरंगजेबाने याला वेढा घातला व लढाई करून आपल्या ताब्यात आणला व याचे नाव फुतूउलगैब म्हणजे देवी विजय ठेवले. पण परत चार वर्षानी सरनोबत नागोजी कोकाटे यांनी गडावर लोक चढवून पुन्हा मराठ्यांच्या ताब्यात आणला व यानंतर तोरणा कायम स्वराज्यातच राहिला. पुरंदरच्या तहात जे किल्ले मोगलांना दिले त्यामध्ये तोरणा महाराजांकडेच राहिला होता. विशेष म्हणजे औरंगजेब बादशहाने लढाई करून जिंकलेला असा हा मराठांचा एकमेव किल्ला होय.

23
शिवनेरी किल्ला

शिवनेरी किल्ला

किल्ल्याची उंची : १०६६ मी.

शिवनेरी गड म्हणजे मराठा साम्राज्याचा महान राजा छत्रपती शिवाजी महाराजांचा इ.स. १९ फेब्रुवारी १६३० रोजी येथे जन्म झाला हा किल्ला महत्वपूर्ण ऐतिहासिक किल्ल्यापैकी एक आहे. शिवनेरी किल्ल्याचे सर्वात विशेष आकर्षण म्हणजे शिवाजी महाराजांची त्यांच्या आईसोबत असलेली मूर्ती शिवनेरी किल्ल्यावर शिलाहार, सातवाहन, बहामनी, यादव, आणि नंतर इ.स. १९०६ मुघल साम्राज्य अशा अनेक राज्यकर्त्यांनी राज्य केले. भारत सरकारने या किल्ल्याला इ.स. १९०९ मध्ये २६ मे रोजी महाराष्ट्रातील राष्ट्रीय संरक्षित स्मारक म्हणून घोषित केलेले आहे.

शिवनेरी किल्ल्याचा इतिहास

११७० ते १३०८ मध्ये नाणेघाट येथे यादवांचे वर्चस्व होते आणि त्यांनीच त्यांच्या काळामध्ये नाणेघाट डोंगरावर शिवनेरी किल्ला बनवला. इ.स. १४४३ मध्ये मालिक वंशाने यादवांना हरवून शिवनेरी हा किल्ला आपल्या ताब्यात घेतला पण दिल्ली सल्तनत कमकुवत झाल्यामुळे हा किल्ला बहामनिंच्या ताब्यात देण्यात आला. त्यानंतर १६ व्या शतकामध्ये शिवनेरी हा किल्ला अहमद नगरच्या सुलतानांना देण्यात आला. आणि त्यानंतर हा किल्ला सुलतानांनी छत्रपती शिवाजी महाराजांचे आजोबा मालोजीराजे भोसले यांना हा किल्ला भेट म्हणून देण्यात आला.

शिवनेरी किल्ल्याविषयी माहिती

शिवनेरी हा किल्ला सर्वात प्राचीन किल्ला महाराष्ट्र राज्यात जुन्नर गावाजवळ पुण्यापासून अंदाजे १०५ कि. मी. वर आहे. हा किल्ला यादवांनी १७ व्या शतकात नाणेघाट डोंगरावर सुमारे ३५०० फुट उंचीवर बांधला होता. जुन्नरच्या सभोवतालच्या डोंगरावर १०० हुन अधिक लेण्या आहेत. त्यातीलच एक शिवनेरी किल्ला आहे. या किल्ल्यावर जाण्यासाठी २ मुख्य मार्ग आहेत. या किल्ल्याला एकुण ७ दरवाजे आहेत आणि किल्ल्याचे प्रवेशव्दार दक्षिण पश्चिमेला आहे. या किल्ल्याच्या भोवती मातीची भक्कम तटबंदी आहे. त्यामुळे किल्ल्यावरील लोकांचे संरक्षण होत होते. गडाच्या मध्यभागी एक पाण्याचा तलाव आहे या तलावाला बदामी तलाव असे नाव दिले आहे त्याचबरोबर गडावर बालेकिल्ला संरक्षणासाठी अनेक दरवाजे बांधले आहेत पण त्यामधील एक विशेष आणि महत्वाचा दरवाजा म्हणजे माण दरवाजा'

24
विशाळगड

विशाळगड

किल्ल्याची उंची: ११३० मी.

विशाळगड हा किल्ला कोल्हापूरच्या वायव्येस ७६ किमी अंतरावर वसलेला आहे. विशाळगड हा किल्ला मराठा सरदार बाजी प्रभू देशपांडे आणि विजापूर सल्तनतच्या सिद्धी जोहर यांच्या लढाईसाठी प्रसिद्ध आहे. हा किल्ला शिलाहार वंशातील दुसरा राजा भोज याने ११ व्या किंवा १२ व्या शतकामध्ये बांधला आहे. विशाळगड मराठांच्या देदीप्यमान इतिहासातील एक अफाट पराक्रमाचा सामीदार आहे अदिलशाही सरदार सिद्धी जोहर याने टाकलेल्या पन्हाळगडच्या वेढ्यातून शिवाजी राजांनी करून घेतलेल्या सुटकेमुळे या किल्ल्याचे नाव अजरामर झाले. हा गड 'खेळणा किल्ला' या नावाने देखील ओळखला जातो.

किल्ल्याचा इतिहास

विशाळगडची उभारणी इ.स. १०५८ मध्ये शिलाहार राजा मारसिंह याने केली. इ.स. ११९० च्या सुमारास दुसरा राजा भोज याने आपली राजधानी कोल्हापुरवरून पन्हाळ्यावर हलविली. त्यानंतर त्याने रक्षण करण्यासाठी अनेक किल्ले बांधले त्यापैकीच हा एक किल्ला होता. नंतर हा किल्ला यादवांच्या हाती गेला. यादवांचा अस्त झाल्यावर दक्षिणेत बहमनीची सत्ता उदयास आली.

१४६९ साली बहमनी सुलतानाने त्याच्या सेनापती मलिक रेहान याला खेळणा किल्ला घेण्यासाठी पाठविले. सहावेळा

प्रत्यत्न करूनही त्याला हा किल्ला घेता आला नाही. सातव्या प्रयत्नात ९ महीन्याच्या निकराच्या प्रयत्नाने त्याला हा किल्ला घेता आला. यानंतर जवळजवळ पावणेदोनशे वर्ष हा किल्ला बहमनी आदिलशाही या मुस्लिम सत्तांकडे होता.

२८ नोव्हेंबर १६५९ रोजी शिवाजी महाराजांनी पन्हाळा घेतला व त्यांचे नाव 'विशाळगड' ठेवले. इ.स. १७०१ साली राजाराम महाराजांच्या मृत्युनंतर त्यांच्या तृतीय पत्नी अंबिकाबाई विशाळगडावर सती गेल्या डिसेंबर १७०१ मध्ये औरंगजेब स्वतः मोठ्या फौजेनिशी विशाळगड घेण्यासाठी आला पण विशाळगडचे किल्लेदार परशुराम पंतप्रतिनिधी यांनी तब्बल सहा महिने किल्ला लढवून ६ जून १७०२ रोजी अभयदान व स्वराज्य कार्यासाठी २ लाख रुपये घेऊन किल्ल्याचा ताबा औरंगजेबाला दिला. त्याने विशाळगडाचे नाव बदलून 'सरवरलना' असे ठेवले १७०७ मध्ये ताराराणीने विशाळगड पुन्हा जिंकून घेतला.

25
चंद्रगड किल्ला

चंद्रगड किल्ला

किल्ल्याची उंची: ७१२ मी.

चंद्रगड हा भारताच्या महाराष्ट्र राज्यातील एक किल्ला आहे. सह्याद्रीतल्या घटमार्गावर लक्ष ठेवण्यासाठी अनेक किल्ले बांधले गेले. त्यापैकी चंद्रगड उर्फ ढवळगड उर्फ गहनगड' जावळीच्या खोऱ्यातील एक उंच पहाडावर बांधण्यात आला. महाबळेश्वर, मकरंदगड मंगळगड चंद्रगड, प्रतापगड , कावळा किल्ला व पारघाटाचे प्रचंड पहाड यांच्या दाटीत जावळीचे खोर वसलेल आहे हा भाग उंच पहाड, घनदाट जंगल व खोल दऱ्यांनी नटलेला आहे. या भावळीच्या खो-यावर मोरे घराण्याने पिढ्यान पिढया राज्य केल त्यांना 'चंद्रराव' हा किताब मिळाला होता व्यावरूनच या किल्ल्याचे नाव चंद्रगड ठेवले असावे घाटावाटांपैकी पोलादपूरहून महाबळेश्वरच्या आर्थरसीला (मढीमहाल) जाणाऱ्या ढवळ्या घाटावर नजर ठेवण्यासाठी चंद्रगडाची निर्मिती करण्यात आली होती.

चंद्रगड ते आर्थरसीट पॉईट (मढी महाल) हा सुद्धा प्राचीन ढवळे घाटमार्ग होता. ढवळे गावाच्या पूर्वेकडे चंद्रगड हा मध्यम श्रेणीतील किल्ला दक्षिणोत्तर पसरलेला आहे.

कांगोरी नावाचा गड चंद्रराव मोरे यांनी जावळीच्या खोऱ्यात बांधला. या गडाचा उपयोग घटमार्गाच्या संरक्षणासाठी व टेहाळणीसाठी केला गेला. १५ जानेवारी १६५६ रोजी शिवाजी महाराजांनी तयारीनिशी जावळीवर हल्ला केला व जावळी ताब्यात घेतली. त्याबरोबरच कांगोरी गड ढवळगड, रायरी इत्यादी किल्लेही महाराजांच्या ताब्यात आले. त्यानंतरच त्यांना मुरारबाजी सारखा फसलेला योध्दा मिळाला. पुढे

महाराजांनी चंद्रगडाची डागडूजी केली नंतर अनेक सुधारणा केल्या आणि डागडूजी त्या गडाचे नाव बदलून 'गहनगड' ठेवले.

संभाजी महाराजांची क्रूर हत्या केल्यावर औरंगजेबाने इतकादरखान उर्फ जुल्फीकारखानास रायगड घेण्यास सांगितले. रायगडची नाकेबंदी करण्यासाठी इ.स. १६८९ मध्ये खानाने आजूबाजूचे किल्ले व प्रदेश ताब्यात घेतले. इ.स. महाराजांचे मंगळगड मोघलांच्या १६९० मध्ये छ. राजाराम महाराजांचे अमात्य रामचंद्रपंत यांनी 'मंगळगड जिंकून घेतला इ.स. १८१७ मध्ये सरदार बापू गोखल्यांनी मद्रास रेजीमेंट मधील कर्नल हंटर व मॉरीसन या इंग्रज अधिका-यांना अटक करून मंगळगडावर तुरुंगवासात ठेवले होते. इ.स. १८१८ मध्ये कॅनल पॉथर या इंग्रजाने हा किल्ला जिंकला जावळी प्रांत वाईच्या सुभ्यात मोडत होता. वाईची सुभेदारी अफझलखानाकडे होती. त्यामुळे जवळीवर हल्ला केला तर अफझलखान नक्की येणार हे महाराजांना माहीत होते. त्यामुळे महाराज संधीची वाट पाहत होते. इ.स. १६५५-५६ मध्ये अफझलखान दक्षिण भारतात युध्दात गुंतलेला होता ती वेळ साधून महाराजांनी जावळीवर हल्ला चढवला. मोऱ्यांना नेस्तनाबूत केले आणि जावळी स्वराज्यात दाखल झाली. त्या बरोबर ढवळगड ही स्वराज्यात दाखल झाला. त्याचे नाव बदलून महाराजांनी चंद्रगड ठेवले.

26
हरिश्चंद्रगड

हरिश्चंद्रगड

किल्ल्याची उंची: १२१९ मी.

हरिश्चंद्रगड हा ठाणे पुणे आणि अहमदनगर जिल्ह्यांच्या सीमेवर माळशेज घाटाच्या डावीकडे उभा असणारा अजस्त्र डोंगर आहे. येथील शिखर हे अहमदनगर जिल्ह्यातील सर्वात उंच शिखरांपैकी एक आहे. गडाचा इतिहास कुतूहलजनक तर भूगोल हा विस्मयकारक आहे बाकी अनेक किल्ल्याप्रमाणे हा देखील आदिवासी कोळी महादेव समाजाकडेच होता. या किल्ल्याला मोगल अथवा मराठे यांच्या इतिहासाची देखील पार्श्वभूमी आहे हरिचंद्रगडाला दोन चार हजार वर्षापूर्वीची पौराणिक पार्श्वभूमी लाभली आहे. आदिवासी कोळी महादेव या समाजाकडून हा किल्ला मोघलांनी घेतला आणि किल्लेदार म्हणून कृष्णाजी शिंदे यांची नियुक्ती केली. किल्याचे शेवटचे किल्लेदार रामजी भांगरे होते. इंग्रजांनी १८१८ मध्ये हा किल्ला जिंकला. हरिश्चंद्रगडावरील लेण्यांत चांगदेवांनी तपश्चर्या केली होती. या किल्ल्याचे सर्वात मोठे आकर्षण म्हणजे गडाच्या पश्चिमेकडे असलेला कोकणकडा हा कडा रमन लिपीतील यू 'U' या अक्षराच्या आकाराचा आहे हा इतर कड्यासारखा ९० अशात नसून अंतर्गोल आकाराचा आहे. समोरून बघितला तर नागाच्या फण्यासारखा प्राचीन दिसतो. या किल्ल्यावर अनेक प्राचीन लेणी आहेत.

इ.स. १७४७ - ४८ मध्ये हा किल्ला मराठ्यांनी मोगलांकडून घेतला आणि किल्लेदार म्हणून महादेव कोळी समाजाचे कृष्णाजी शिंदे यांची नियुक्ती केली. या किल्याचे शेवटचे किल्लेदार रामजी भांगर होते. इंग्रजांनी १८१८ मध्ये हा किल्ला जिंकला. हरिश्चंद्र, तारामती आणि रोहिदास अशी येथील शिखरांची नावे असल्यामुळे या किल्ल्याचा संदर्भ थेट राजा हरिश्चंद्रापर्यंत स्थानिक दंतकथांनी जोडला आहे.

मंदिराच्या प्रांगणात एक भिंत आहे. या एका भिंतीसमोरच एक दगडी पूल आहे. या पुलाच्या खालून एक ओढा तारामती शिखरावरून वाहत येतो यालाच 'मंगळगंगेचा उगम' असेही म्हणतात. मंदिराच्या मागे असणाऱ्या गुहेमध्ये एक चौथरा आहे. या चौथऱ्यात जमिनीखाली एक खोली आहे यावर प्रचंड शिळा ठेवली आहे, या खोलीत चांगदेव ऋषींनी चौदाशे वर्ष तप केले होते असे स्थानिक गावकरी सांगतात. चांगदेवाविषयीचे अनेक लेख मंदिराच्या खांबांवर व भिंतीवर आढळतात. त्यातील एक लेख खाली दिलेला आहे.

"शकै चौतिसे बारा । परिधावी संवत्सरा ।

मार्गशर तीज (तेरज) रविवार । नाम संख्य ।

हरिश्चंद्रनाम पर्वत । तिथ महादेव भक्त ।

सुरसिद्‌ध गणी विख्यात । सेविजे जो ।। हरिश्चंद्र देवता ।।

मंगळगंगा सरिता । सर्वतीर्थ पुरविता सप्तस्थान ।

ब्रम्हस्थळ ब्रम्ह न संडीतू । चंचळ वृद्‌ध अनंतु ।

लिंगी जगन्नाथु । महादेओ ।

जोतीर्थाकी तीर्थ । केदारांसी तुकिनाति ।

आणि क्षेत्री निर्मातीबंधू हा ।।"

या हरिश्चंद्रगडावर तपश्चर्या करून झाल्यावर श्री चांगदेवानी तत्वसार नावांचा ग्रंथ लिहिला.

27
धोडप किल्ला

धोडप किल्ला

किल्ल्याची उंची:१४५१ मी

धोडप हा भारताच्या महाराष्ट्र राज्यात असलेल्या नाशिक या जिल्ह्यातील एका किल्ला आहे, नाशिक जिल्ह्याच्या मध्यभागातून जाणारी सह्याद्रीची पूर्वपश्चिम डोंगररांग म्हणजे अंजठा- सातमाळा ही होय. अंजठा सातमाळा रांग म्हणजे गिरीदुर्गाची साखळी आहे. या साखळीमधील सर्वात उंच आणि बलदंड किल्ला म्हणजे धोडप हा होय, शिवलिंगासारख्या आकाराचा माथा असलेला धोडप या आकारामुळे दुरवरून स्पष्टपणे ओळखू येतो.

किल्ल्याचा इतिहास

राघोबा दादा आणि पेशवे यांच्यामध्ये झालेल्या संघर्षामध्ये घोड़पचे स्थान महत्वाचे आहे. येथेच त्यांची दिलजमाई झाली होती. छत्रपती शिवाजी महाराजांनी दुसऱ्यांदा सुरत लुटल्या नंतर खजिना पाहण्यासाठी ह्या 'किल्ल्याला भेट दिली. पुढे इ.स. १८१८ मध्ये हा किल्ला इंग्रज अधिकारी ब्रिग्ज याने मराठ्याकडून जिंकून घेतला धोडप किल्ल्याची इतर नावे धुडप, धारब आहेत.

शिलालेख ३ हा धोडप किल्ल्याच्या दुसऱ्या दरवाजाच्या डावीकडील भिंतीवर आहे शिलालेख फारशी लिपी व भाषेत असून हिजरी १०४६ मोहरम महिन्याच्या २५ व्या दिवसाचा उल्लेख त्यात आहे, आणि दुसरा शुर शहाजहान बादशहा,

त्याचा नम्र सेवक अलावर्दी खान तुर्कमान तसेच त्यांचे इतर चौदा किल्ले चार महिन्यात जिंकल्याचा उल्लेख त्यात आहे. धोडप किल्ल्यावरून, चांदवड, इंद्राई सोडतीन रोडगा, राजदेहे कांचन मंचन विखारा, कन्हेरा, खळ्याजवळ्या, सप्तश्रृंगी अहीवंतगड अचला अशी सातमाळा रंग पहायला मिळते.

28
प्रतापगड किल्ला

प्रतापगड किल्ला

महाराष्ट्रातील एक प्रसिद्ध डोंगरी किल्ला.

सातारा जिल्ह्यातील जावळी तालुक्यात महाबळेश्वरच्या नैऋत्येस सु. १३ किमी. वर आहे. त्याची समुद्रसपाटीपासून उंची १०८१ मी. असून दोन्ही बाजूस २०० ते २५० मीटर 'दरी आहे. शिवाजी महाराजांनी जावळी खोरे जिंकल्यानंतर मोरो त्रिंबक पिंगळे यास १६५६ मध्ये हा किल्ला बांधून घेण्यास आज्ञा दिली. मुख्य किल्ला व बालेकिल्ला असे या किल्ल्याचे दोन भाग होतात. दोन्ही भागांत तलाव असून संरक्षणाच्या दृष्टीने किल्ल्याच्या चोहोबाजूस भक्कम तटबंदी व बुरुज आहेत. बालेकिल्ल्याचे क्षेत्रफळे, ३६६० चौ. मी. तर मुख्य किल्ल्याचे ३८८५ चौ. मी. असून दक्षिणेकडील बुरुज १० ते १५ मी. उंचीचे आहेत. त्यांपैकी अफझल, रेडका, राजपहारा, केदार इ. बुरुजांचे अवशेष टिकून आहेत.

खालच्या मुख्य किल्ल्यात शिवाजी महाराजांनी १६६१ मध्ये मोरो त्रिंबक पिंगळे यांच्या हस्ते स्थापिलेले तुळजा भवानीचे मंदिर आहे. या देवालयासमोर दोन उंच दीपमाळा आहेत. त्या जवळच नगारखान्याची इमारत आहे मध्ये जीणोध्दार करण्यात आला. भवानी देवीचे मूळ मंदिर हे फक्त दगडी गाभा-याचे होते.

१८२० साली साताऱ्याच्या प्रतापसिंह महाराजांनी येथे लाकडी मंडप बांधला. हा मंडप आगीच्या भक्ष्यस्थानी व मंदिरातील दागिन्यांची चोरी झाली औरंगजेब दक्षिणेत आला असता या मंदिरासही काही उपद्रव झाला.

प्रतापगडचे ऐतिहासिक महत्व अफजलखान- शिवाजी भेट व त्या प्रसंगी झालेला अफझलखानाचा वध या घटनेमुळे वाढले. छत्रपती राजारामसुद्‌धा जिंजीस जाता असताना प्रथम

प्रतापगडास आला. पेशवाईत नाना फडणीसाने येथे सखाराम बापूस काही दिवस नजरकैदेत ठेवले होते. पुढे ज्या वेळी नाना फड्णीसाविरुद्‌ध दौलतराव शिंदे व त्यांचा विश्वासू मंत्री बाळोबा कुंजीर हे चालून आले, तेव्हा नानाने १७९६ मध्ये काही दिवस या किल्ल्याचा आश्रय घेतला. १८१८ च्या ब्रिटीश मराठे युध्दानंतर तो ब्रिटीशांच्या ताब्यात गेला.

स्वातंत्र्योत्तर काळात या किल्ल्यावर छत्रपती शिवाजी महाराजांच्या ५ मी. उंचीचा भव्य अश्वारूढ पुतळा उभारण्यात आला आहे अश्वारूढ पुतळा त्याचे अनावरण १९५७ च्या नोव्हेंबर महिन्यात त्यावेळचे पंतप्रधान पं. जवाहरलाल नेहरू यांनी केले. शिवछत्रपती प्रतिष्ठानाने तेथे एक प्रशस्त सभागृह उभारले आहे भवानी मंदिरापासून थोड्या अंतरावर अफजल बुरुआच्या आग्नेयस अफजलखानाची कबर आहे तेथे दर वर्षी उरूस भरतो.

29
पुरंदर किल्ला

पुरंदर किल्ला

किल्ल्याची उंची: १५०० मी.

पुरंद्र म्हणजे इंद्र ज्याप्रमाणे इंद्राचे स्थान बलाढय होते त्याचप्रमाणे हा पुरंद्र पुराणात या डोंगराचे नाव इंद्रनील पर्वत असे आहे पुरंदर किल्ला हा गिरीदुर्ग प्रकारात मोडतो. पुणे जिल्ह्यातील विस्तिर्ण डोंगर रांगेत पुरंदर किल्ला आहे कात्रज घाट, बापदेव घाट, दिवे घाट हे तीन घाटा ओलांडून पुरंदरच्या पायथ्याशी जाता येते किल्ला पुण्याच्या आग्नेय दिशेला अंदाजे २० मैलांवर तर सासवडच्या नेऋत्येला ७ मैलावर आहे. पुरंदर किल्ल्याच्या वायव्येला १३-१४ मैलावर सिंहगड आहे तर पश्चिमेला १९-२० मैलांवर राजगड आहे. पुरंदर किल्ला तसा विस्ताराने मोठा आहे. किल्ला मंजबूत असून बचावाला जागा उत्तम आहे. गडावरून सभोवरच्या प्रदेशावर बारीक नजर ठेवता येते.

किल्ल्याचा इतिहास

अल्याड जेजुरी पल्याड सोनेरी मध्ये वाहते

कहा पुरंदर शोभती शिवशाहीचा तुरा ।

असे पुरंदर किल्ल्याचे वर्णन केलेले आढळते. हा किल्ला साधारणपणे १००० ते १२०० वर्षापूर्वीचा आहे हनुमंताने द्रोणागिरी उचलून नेत असताना त्या पर्वताचा काही भाग खाली पडला, तोच हा 'इंद्रनील पर्वत बहामनीकाळी बेदरचे चंद्रसंपत देशपांडे यानी बहमनी शासनाच्या वतीने पुरंदर

ताब्यात घेतला. त्यांन पुरंदरच्या पुनर्निर्माणास प्रारंभ केला. येथील शेंदऱ्या बुरुज बांधलाना तो सारखा ढासळत असे. तेव्हा बहिरनाक सोननाक याने आपला पुत्र नाथनाक आणि सुन देवकाई अशी त्याची दोन मुले त्यात गाडण्यासाठी दिली. त्यांचा बळी घेतल्यावरच हा बुरुज उभा राहीला.

हा किल्ला सन १४८९ च्या सुमारास निजामशाही सरदार मलिक अहमद याने जिंकून घेतला. पुढे शके मध्ये तो आदिलशाहीत आला. इ.स. १६४९ 'मध्ये आदिलशहाने शहाजीराजांना कैदेत टाकले. याच वेळी शिवाजी महाराजांनी अनेक आदिलशाही किल्ले आपल्या ताब्यात घेतले. अशावेळी लढाईसाठी महाराजांनी पुरंदर किल्ल्याची जागा निवडली. या पुरंदर किल्ल्याच्या साहाय्याने मराठ्यांनी फत्तेखानाशी झुंज दिली आणि लढाई जिंकली. सन १६५५ मध्ये शिवाजी राजांनी नेताजी पालकर यास गडाचा सरनौबत नेमले.

वैशाख शु. १२ शके १५७९ म्हणजेच १६ में १६५७ गुरुवार या दिवशी संभाजी राजांचा जन्म पुरंदर किल्ल्यावर झाला. शके १५८७ म्हणजेच १६६५ मध्ये मुगल सरदार जयसिंगाने पुरंदरला वेढा घातला. पुढे ११ जून १६६५ प्रसिद्ध 'पुरंदर तह' झाला.

30
सिंधुदुर्ग किल्ला

सिंधुदुर्ग किल्ला

किल्ल्याची उंची: २०० फुट

सिंधुदुर्ग हा महाराष्ट्राच्या सिंधुदुर्ग जिल्ह्यातील अरबी समुद्रात छत्रपती शिवाजी महाराजांनी बांधलेला जलदुर्ग आहे. नोव्हेंबर २५, इ.स. १६६४ रोजी किल्ल्याच्या बांधकामाला सुरुवात झाली.

किल्ल्याचा इतिहास

छत्रपती शिवाजी महाराजांच्या आरमारी दलाचे आद्‍यस्थान मालवण येथील जंजिरा म्हणजे हा सिंधुदुर्ग किल्ला होय. इ.स. १६६४ साली मालवण जवळील कुरटे नावाचे काळाकभिन्न खडक असलेले बेट किल्ल्यासाठी निवडले. आज मोरयाचा दगड या नावाने ही जागा प्रसिद्‍ध आहे. एका खडकावर गणेशमूर्ती, एकीकडे सूर्याकृती आणि दुसरीकडे चंद्राकृती कोरून त्या जागी महाराजांनी पूजा केली. ऐतिहासिक सौंदर्य लाभलेला सिंधुदुर्ग हा किल्ला ज्या कुरटे खडकावर तीन शतके उभा आहे, तो शुद्‍ध काळाकभिन्न खडक मालवण पासून सुमारे अर्धा मैल समुद्रात आहे.

शिवकालीन चित्रगुप्त याने बखरीत खालील मजकूर नमूद केला आहे.

चोऱ्याऐंशी बंदरात हा जंजिरा अठरा टोपीकरांचे

उरावर शिवलंका, अजिंक्य जागा निर्माण केला ।

सिंधूदुर्ग जंजिरा जगी अस्मान तारा ।

जैसे मंदिराचे मंडन श्रीतुलसी, वृंदावन, राज्याचा

भूषण अंलकार ।

चतुर्दश महारत्नापैकीच पंधरावे रत्न,

महाराजांस प्राप्त जाहले ।

सिंधुदुर्ग किल्ला मालवणपासून सुमारे अर्धा मैल समुद्रात आहे. १९६१ साली तत्कालीन मुख्यमंत्री यशवंतराव चव्हाण यांनी तटाची दुरस्ती केली. सिंधुदुर्ग जिल्हयाचा स्मृतिमय इतिहास म्हणजे हा किल्ला आहे. असंख्य मावळ्यांच्या साक्षीने आणि परिश्रमाने समुद्रात हा किल्ला उभा केला तो आजही पर्यटकांना विशेष आकर्षित करतो.

31
रसाळगड

रसाळगड

महाराष्ट्रातील रत्नागिरी जिल्ह्यातील गिरीदुर्ग म्हणजे रसाळगड. रसाळगड हा खेड तालुक्यामध्ये असून त्याची उंची समुद्रसपाटीपासून ५२२ मी. आहे. निमणीगावामध्ये रसाळगडाचा रस्ता लागतो. निमणी गावाजवळ डोंगर

उतारावर पेठवाडी नावाचे छोटे गाव आहे. निमणी, पेठवाडी, झापाडी, हि सर्व गावे रसाळगडमध्ये येतात. या किल्ल्याचा दरवाजा उत्तराभिमुख असून पहिल्या व दुसऱ्या दरवाजाच्या मध्यभागी हनुमानाची मूर्ती आहे. या मूर्तीतील हनुमानाच्या कमरेवर खंजीर असून ओठावर मिशा दर्शविल्या आहेत. घुमटीतील मारुती शिल्पापासून पुढे गेल्यावर दोन बुरुजांमध्ये बांधलेला दरवाजा व त्यावर लहान खिडक्या आहेत. मध्यावर प्रवेश केल्यावर समोरच दोन छोटे तलाव व त्या दोन तलावांच्या मध्ये एक तोफ ठेवलेली आढळते. गडावरील सर्वात मोठी वास्तू म्हणजे 'झोलाई मंदिर'. इ.स. १७३३ साली जंजिरेकर सिद्धी विरुद्ध मराठ्यांनी उघडलेल्या मोहिमेच्या वेळी संभाजी आंग्रे बाणकोट येथे होते. तेथून ते रसाळगडावर गेले. १० एप्रिल नाईक रोजी रसाळगडचे नामजद तानाजी नाईक चाळके यांनी मराठ्यांचे अध्यात्मिक गुरु ब्रम्हेन्द्रस्वामी यांना १५६ मोहरा, ५७ पुतळ्या, रुपये ६६१५ व ६ तोळे सोने पाठवले. १६ मे १७५५ रोजी गणेश कृष्ण पेंडसे यांनी रुमाजी दाभोळकर यांना लिहीलेल्या पत्रानुसार, पेशव्यांचे सरदार रामाजी महादेव यांनी आंग्र्यांकडून सात किल्ले जिंकून घेतले, त्यातील एक रसाळगड होता.

इ.स. १६६० च्या मोहिमेत शिवाजीराजांनी रसाळगड जिंकला आणि पुढे इ.स. १७५५ मध्ये तुळाजी आंग्रे यांनी पुन्हा रसाळगड घेतला. नानासाहेब पेशव्यांनी तुळाजी आंग्रेकडून सर्व किल्ले घेतले. रसाळगड राहिला होता. पुढे तुळाजी आंग्रे शरण झाल्यावर, रसाळगड त्यांच्या ताब्यात आला.

विशेष आभार

हे पुस्तक वाचणाऱ्या सर्व वाचकांचे आम्ही आभार मानू इच्छितो. तसेच सर्व लेखकांना ज्यांनी या विषयांवर आम्हाला प्रेरणा आणि प्रबोधन केले आहे त्यांचे ही मनःपूर्वक आभार !

सर्व गिर्यारोहकांनी इंटरनेटवर अपलोड केलेले फोटो आणि इंटरनेटवरील विविध स्त्रोतांसाठी धन्यवाद.

शेवटी, आपण सर्वांनी आमच्या ह्या प्रयत्नाचे पुनरावलोकन करावे आणि पुढील सुधारणांसाठी आम्हाला मार्गदर्शन करावे अशी आमची इच्छा आहे. तुमच्याकडून पुनरावलोकने मिळाल्याने आम्हाला आनंद होईल आणि पुढील वाटचालीसाठी योग्य मार्गदर्शन मिळेल.

आम्ही एका मोठ्या प्रकल्पावर काम करत आहोत ज्यात आम्ही एका शीर्षकाखाली ४५० किल्ल्यांची माहिती प्रकाशित करणार आहोत. तुमचे प्रोत्साहन आम्हाला नेहमीच प्रेरणा देईल.

निलम दिनेश पेठकर (लेखिका)

आशिषकुमार विजयराज जैन (संपादक)

Books From The Editor

NUMEROLOGY HANDBOOK

THE EASIEST WAY TO
PLAN YOUR FORTUNE

AASHISH

Numerology Handbook
THE EASIEST WAY TO KNOW YOUR FORTUNE

In the corporate world, as a employee, we always feel that what if we knew something about our boss. His likes dislikes. Knowing this would certainly help us to avoid clashes and understand the team better. I started working in the same field and then concluded a summarised form of breif Numerology. This book would stand handy for those, striving to understand people around and will help them achieve higher. Hard work and dedication with fair bit of luck is what everyone needs and longs for.

BOOKS FROM THE EDITOR

**Pattinson Family
And The Ancient Mysteries!**

The first book in the series, Pattinson Family is a child fiction novel attempted for the first time by the author. Here you will be a part of the adventures that the family had, during their voyage in solving certain mysteries of life. The book also talks about Social Sciences, Sciences and Mathematics and describes an ideal school and the way children should be taught. He urges all the readers to give more importance to the family than worldly matters. Being a mystery book we cannot reveal much about it but you would surely resolve them with the characters of the story. The second half of the story will be published soon to resolve many mysteries that arise in the climax.

BOOKS FROM THE EDITOR

मनोमय : थोडं मनातलं

Worked as an illustrator on the collection of thought by Mr. Sahil Ramesh Patil.

www.ingramcontent.com/pod-product-compliance
Lightning Source LLC
LaVergne TN
LVHW020134230825
819400LV00034B/1160
* 9 7 8 1 6 8 5 6 3 0 4 6 1 *